AF759079

ಎಷ್ಟೊಂದು ಹಣತೆ ಬೆಳಗಿಸಬ
ಒಂದು ಹಣತೆ ಮಾತ್ರದಿಂದ..

ಅದು ನನ್ನ ಕೈಗೆ ಸಿಕ್ಕಿದ್ದಾದರೂ ಹೇಗೆ? ಎಂದು ಇನ್ನೂ ಯೋಚಿಸುತ್ತಿದ್ದೇನೆ. ಆಕದಾಸ ದಂಪತಿಗಳ ಭಾವಚಿತ್ರವನ್ನು ಮುಖಪುಟದಲ್ಲಿ ಹೊತ್ತಿದ್ದ 'ಆಕದಾಸ ದಂಪತಿಗಳ ವಿವಾಹ ಆಂದೋಲನ' ಎಂಬ ಒಂದು ಪುಟ್ಟ ಹೊತ್ತಿಗೆ ನನ್ನೊಳಗೆ ಮಿಂಚು ಸಂಚರಿಸುವಂತೆ ಮಾಡಿತ್ತು.

ಅದನ್ನು ಓದಿ, ಅದರ ಹಲವು ಪ್ರತಿಗಳನ್ನು ತರಿಸಿ ನನ್ನ ಗೆಳೆಯರಿಗೆಲ್ಲಾ ಹಂಚಿದ್ದೆ. ನನ್ನ ಮನೆಯ ಪರಿಸರ, ಜನವಾದಿ ಮಹಿಳಾ ಸಂಘಟನೆಯ ಜೊತೆಗಿನ ಸತತ ಒಡನಾಟ, ಜನಪರ ಚಳವಳಿಗಳು ನನಗೆ ಹೊಸ ಕಣ್ಣೋಟವನ್ನು ನೀಡಿದ್ದವು. ಈ ಕೃತಿ ಕೇವಲ ಒಂದು ಕೃತಿಯಾಗಿರಲಿಲ್ಲ, ಒಂದು ಚಳವಳಿಯೇ ಆಗಿತ್ತು.

ಇದನ್ನು ಬರೆದವರು ಯಾರು ಎಂದು ತಿರುಗಿಸಿ ನೋಡಿದರೆ ಅವರಿಬ್ಬರೂ ಪತ್ರಕರ್ತರೇ. ಪತ್ರಿಕೋದ್ಯಮದ ತರಗತಿಗಳಿಂದ ಆಗತಾನೇ ಪತ್ರಿಕಾಲಯದ ಮೆಟ್ಟಿಲು ಹತ್ತಿದ್ದ ನನಗೆ ಅರೆ! ಪತ್ರಕರ್ತರು ಮನಸ್ಸು ಮಾಡಿದರೆ ಸದ್ದಿಲ್ಲದೇ ಎಷ್ಟೆಲ್ಲಾ ಬದಲಾವಣೆಗೆ ಕಾರಣವಾಗಬಹುದಲ್ಲಾ ಅನಿಸಿತು. ಆ ಇಬ್ಬರು ಪತ್ರಕರ್ತರು– ಹಿರಿಯರಾದ ಕಲಗಾರು ಲಕ್ಷ್ಮೀನಾರಾಯಣ ಹೆಗಡೆ ಹಾಗೂ ರಾಜೀವ ಅಜ್ಜೀಬಳ.

ಈ ಮಧ್ಯೆ ಜಾನಪದದ ಕಂಚಿನ ಕಂಠವಾಗಿದ್ದ ಹುಚ್ಚಪ್ಪ ಮಾಸ್ಟರ್ ಅವರ ಕೈಕುಲುಕಬೇಕಾಗಿ ಬಂದಿತು. ಅವರೂ ಸಹಾ ಹಿರೇಮನೆಯಲ್ಲಿ ಸಮಾಜದ ಕಡೆಗಣ್ಣಿಗೆ ಒಳಗಾಗಿದ್ದ ಮಕ್ಕಳಿಗೆ ಶಿಕ್ಷಣ ಒದಗಿಸಲು ಇನ್ನಿಲ್ಲದಂತೆ ಶ್ರಮಿಸುತ್ತಿದ್ದರು. ಆ ಮಕ್ಕಳ ಜೊತೆ ಇದ್ದು ಅವರಿಗೆ ಸ್ನಾನ ಮಾಡಿಸಿ, ತಲೆ ಬಾಚುವುದರಿಂದ ಹಿಡಿದು ಅವರ ಕೈಗಳಿಗೆ ಅಕ್ಷರವನ್ನೂ ಕೂರಿಸುತ್ತಿದ್ದ ದೃಶ್ಯ ನನ್ನೊಳಗೆ ಮನೆ ಮಾಡಿ ಕುಳಿತಿದೆ.

ಇದೇ ಸಂದರ್ಭದಲ್ಲಿ ಸಾಹಸ ಕ್ರೀಡೆಗಳಲ್ಲಿ ಇಡೀ ಜಗತ್ತಿನ ಗಮನ ಸೆಳೆದಿದ್ದ ನನ್ನ ಅಣ್ಣ ಮತ್ತು ಅತ್ತಿಗೆ ಎಸ್ ಎಲ್ ಎನ್ ಸ್ವಾಮಿ ಹಾಗೂ ನೊಮಿಟೋ ಕಾಮದಾರ್ ಹೊನ್ನೇಮರಡುವಿನ ಹಿನ್ನೀರಿನಲ್ಲಿ ಜಗತ್ತಿನ ಗಮನ ಸೆಳೆಯುವ ಜಲಕ್ರೀಡೆಗಳ ಸಾಹಸ ಕೇಂದ್ರ ರೂಪಿಸಲು ಅಲ್ಲಿ ನೆಲೆ ನಿಂತರು.

ಈ ಎಲ್ಲದರ ಪರಿಣಾಮ ನಾನು ಯಾವ ಪುಸ್ತಕವನ್ನು ಓದಿ ನನ್ನ ಅರಿವನ್ನು ವಿಸ್ತರಿಸಿಕೊಂಡಿದ್ದೆನೋ ಆ ಕಲಗಾರು ಲಕ್ಷ್ಮೀನಾರಾಯಣ ಹೆಗಡೆಯವರನ್ನು ಮುಖತಃ ಭೇಟಿಯಾಗುವ ಅವಕಾಶ ಸಿಕ್ಕಿದ್ದು.

ಈ ಕೃತಿ ಪುಟ್ಟದು, ಆದರೆ ದೊಡ್ಡ ಪರಿಣಾಮ ಬೀರುವಂತಹದ್ದು. Short in length, Strong in statement ಅನ್ನುತ್ತೇವಲ್ಲ ಹಾಗೆ. ಕಲಗಾರು ಲಕ್ಷ್ಮೀನಾರಾಯಣ ಹೆಗಡೆ ಅವರದ್ದು ತಾಯಿ ಹೃದಯ. ಹಾಗಾಗಿಯೇ ಇರಬೇಕು ಹೆಣ್ಣು ಮಕ್ಕಳು ಇನ್ನೂ ಶಾಲೆಯ ಮೆಟ್ಟಿಲು ಹತ್ತುವ ಮುನ್ನವೇ ವಿಧವೆಯರಾಗಬೇಕಾಗಿ ಬಂದದ್ದು, ಅದು ಇನ್ನೂ ಮುಂದುವರಿದು ಗರ್ಭದಲ್ಲಿರುವಾಗಲೇ ಗಂಡನನ್ನು ಗೊತ್ತು ಮಾಡುತ್ತಿದ್ದದ್ದು ಅವರನ್ನು ಕದಲಿಸಿ ಹಾಕಿತ್ತು.

ಹೆಗಡೆಯವರೊಳಗೆ ಇದ್ದ ಪತ್ರಕರ್ತ ಅವರನ್ನು ಸುಮ್ಮನೆ ಕೂರಲು ಬಿಡಲಿಲ್ಲ, ಜೊತೆಗೆ ಇನ್ನೊಬ್ಬ ಪತ್ರಕರ್ತರಾದ ರಾಜೀವರನ್ನು ಬಗಲಿಗಿಟ್ಟುಕೊಂಡು ಊರೂರು ಸುತ್ತಲು ಶುರು ಮಾಡಿದರು. ಬಾಲ್ಯ ವಿವಾಹ, ವಿಧವಾ ವಿವಾಹದ ಬಗ್ಗೆ ನಮ್ಮ ಸಮಾಜ ಬೆಚ್ಚಿ ಬೀಳುವ ಸಂಗತಿಗಳನ್ನು ಹೊರತೆಗೆದರು.

ಲಕ್ಷ್ಮೀನಾರಾಯಣ ಹೆಗಡೆ ಅವರು ಶರಾವತಿ ಅಭಿಯಾನದಲ್ಲಿ ಭಾಗವಹಿಸಿದ್ದವರು. ಶರಾವತಿ ಅಭಯಾರಣ್ಯದೊಳಗಿನ ನಿವಾಸಿಗಳ ಪರ ದನಿ ಎತ್ತಿದವರು. ಹಾಗಾಗಿಯೇ ಇವರೊಳಗಿದ್ದ ಹೋರಾಟಗಾರ ಜಾಗೃತವಾದದ್ದರ ಫಲ ಅವರು ಈ ಸಮಾಜದ ಒಂದು ಅತ್ಯಂತ ಕೆಡುಕಿನ ಪದ್ಧತಿಯ ಕರಾಳ ಮುಖವನ್ನು ಅನಾವರಣ ಮಾಡಲು ಸಾಧ್ಯವಾಯಿತು. ಮರುಭೂಮಿಯೊಳಗಿನ ಜೀವಸೆಲೆಯಂತೆ ಈ ಮಧ್ಯೆಯೇ ಹುಟ್ಟಿದ ವಿಧವಾ ವಿವಾಹ ಆಂದೋಲನದ ಬಗ್ಗೆಯೂ ಗಮನ ಸೆಳೆದರು.

ಅವರು ಸಂಗ್ರಹಿಸಿದ ಮಾಹಿತಿ, ದಾಖಲೆಗಳು ನಿನ್ನೆಗೆ ಹಿಡಿದ ಕನ್ನಡಿ. ಇಂದು ಮತ್ತು ನಾಳೆಗೆ ನೀಡಿರುವ ಎಚ್ಚರ. ಒಂದು ಮದುವೆಯಿಂದ ಆರಂಭವಾದ ವಿಧವಾ ವಿವಾಹ ಒಂದು ದೊಡ್ಡ ಆಂದೋಲನವಾಗಿ ಅನೇಕ ಅನಿಷ್ಟಗಳನ್ನು ನಿವಾಳಿಸಿ ಮುನ್ನಡೆದದ್ದು, ನೂರಾರು ಅಂತಹ ಮದುವೆಗಳು ಜರುಗಲು ಬಲ ನೀಡಿದ್ದು ಇಂತಹ ಮಹತ್ವದ ಪುಟ್ಟ ಪುಟ್ಟ ಕೆಲಸಗಳಿಂದಲೇ.

ಬೇಂದ್ರೆಯವರ ಸಮ್ಮುಖದಲ್ಲಿಯೇ ಒಂದು ವಿಧವಾ ವಿವಾಹ ಜರುಗಿತು, ತನ್ನನ್ನು ನೋಡಲು ಸೇರಿದ್ದ ಜನಸಂದಣಿಯಲ್ಲಿ ಬಾಲ ವಿಧವೆಯರನ್ನು ಕಂಡು ಜವಾಹರಲಾಲ್ ನೆಹರೂ ಮರುಗಿದ್ದು ಎಲ್ಲವೂ ಈ ಕೃತಿಯಲ್ಲಿದೆ.

ಇದೆಲ್ಲದರ ನಡುವೆ ಕಲಗಾರು ಲಕ್ಷ್ಮೀನಾರಾಯಣ ಹೆಗಡೆ ಹಾಗೂ ಕನ್ಯಾಕುಮಾರಿ ಅವರು ವಿವಾಹವಾಗುವ ಮೂಲಕ ವಿಧವಾ ವಿವಾಹ ಆಂದೋಲನಕ್ಕೆ ಮತ್ತಷ್ಟು ಬಲ ತುಂಬಿದರು. ಇವರಿಬ್ಬರಿಗೂ ಇದು ಮರು ವಿವಾಹ. ಆಕದಾಸ ಭಟ್ಟ ದಂಪತಿಗಳಂತೆ ಇವರಿಬ್ಬರೂ ನುಡಿದಂತೆ ನಡೆದಿದ್ದಾರೆ.

ಒಂದು ಹಣತೆಯಿಂದ ಎಷ್ಟೆಲ್ಲಾ ಹಣತೆಯನ್ನು ಹಚ್ಚಬಹುದಲ್ಲಾ ಎಂದು ನಾನು ವಿಸ್ಮಿತನಾಗಿದ್ದೇನೆ.

– ಜಿ ಎನ್ ಮೋಹನ್

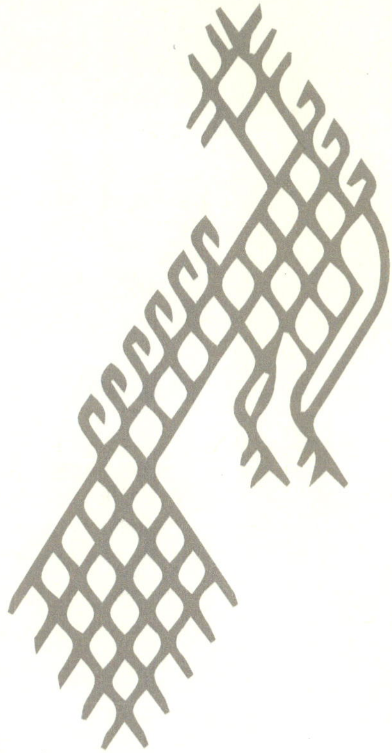

ವಿಧವೆಯರು ವಿವಾಹವಾದರು

ಕಲಗಾರು ಲಕ್ಷ್ಮೀನಾರಾಯಣ ಹೆಗಡೆ

ಬಹುರೂಪಿ
ಎಂಬೆಸಿ ಸೆಂಟರ್, 111, ಮೊದಲನೇ ಮಹಡಿ, ಕ್ರೆಸೆಂಟ್ ರಸ್ತೆ,
ಕುಮಾರಪಾರ್ಕ್ ಈಸ್ಟ್, ಬೆಂಗಳೂರು 560 001.
ದೂರವಾಣಿ: 70191 82729

94

VIDHAVEYARU VIVAHAVAADARU..

A book on a revolutionary Widow Remarriage Movement
documented By Senior Journalist
Kalagaru Laxminarayana Hegde

Published By **Bahuroopi**
Embassy Centre, 111, First Floor, Crescent Road,
Kumarapark East, Bangalore 560001

editor@bahuroopi.in

Mobile | Whats App Bookstore: **70191 82729**

online book store: **bahuroopi.in**

ISBN: 978-81-964346-8-7
First Edition: December 2023
Pages: 80 | Price: Rs. 130

Copyright: **Kalagaru Laxminarayana Hegde**
Cover Art: **Srujan**
Cover Design: **Manjunath Latha**
Inside Design: **Sagar M S**

Printed by
Regal Prints, Bengaluru

All rights reserved

No part of this book may be reproduced or utilized in any form or by any means, electronic or mechanical, including photocopying, recording, or any information storage or retrieval system, without permission in writing from the publisher.

The views and opinions expressed in this book are the author's own and the facts are reported by the author and verified to the extent possible. and the publishers are not in any way liable for the same.

ಹೆಣ್ಣಿನ ಬದುಕಿಗೊಂದು
ಘನತೆ ತಂದುಕೊಡಲು
ಮಹತ್ತರ ಪಾತ್ರ ವಹಿಸಿರುವ
ಎಲ್ಲಾ
ಮಹಿಳಾ ಹೋರಾಟಗಳಿಗೆ
ಈ ಕೃತಿ

ಒಂದು ಮಹತ್ವದ ದಾಖಲೆಯ ಹಿಂದೆ..

ಹವ್ಯಕ ಬ್ರಾಹ್ಮಣ ಸಮಾಜದಲ್ಲಿ ವಿಧವಾ ವಿವಾಹದ ಬುನಾದಿಯಾದ ಅಕದಾಸ ಮಹಾಂಕಾಳಮ್ಮನವರನ್ನು ನಾನು ಬೆಟ್ಟಿಯಾಗಿದ್ದು, 1977ರಲ್ಲಿ. ಪತ್ರಿಕೆಗಳಿಗೆ ಲೇಖನ ಬರೆಯುವ ಹವ್ಯಾಸ ರೂಢಿಸಿಕೊಂಡಿದ್ದೆ. ಆ ಸಮಯದಲ್ಲಿ ನಂದಿತಳೆಯ ಅಂಚೆ ಗೋವಿಂದರಾಯರ ಮನೆ ಪರಿಚಯವಾಗಿತ್ತು. ಗೋವಿಂದರಾಯರ ಮಗ ನಾರಾಯಣಮೂರ್ತಿ ಒಳ್ಳೆಯ ಸ್ನೇಹಿತರಾಗಿದ್ದರು. ಮಹಾಂಕಾಳಮ್ಮ ತೌರು ಮನೆಗೆ ಬಂದಾಗ ಬೆಟ್ಟಿಯಾಗಿ 'ಕಸ್ತೂರಿ' ಮಾಸಪತ್ರಿಕೆ ಲೇಖನ ಬರೆದಿದ್ದೆ. ಅದಾದ ಮೇಲೆ ಸಿರ್ಸಿಯಲ್ಲಿನ ಅವರ ಮನೆಗೆ ಹಲವಾರು ಬಾರಿ ಭೇಟಿ ನೀಡಿ ಅವರ ಜೊತೆ ಮಾತಾಡುತ್ತಿದ್ದೆ.

ಕಂಡಿದೆಲ್ಲವನ್ನು ಓದುವ ರೂಢಿಯಿದ್ದ ನಾನು ಸಾಮಾಜಿಕ ಧುರೀಣ ಕಿಲಾರ ಗಣೇಶ ಹೆಗಡೆಯವರನ್ನು ಕುರಿತು 'ಕಸ್ತೂರಿ'ಯಲ್ಲಿ ಪ್ರಕಟಗೊಂಡ ಲೇಖನ ಹಾಗೂ ಅವರು 1950ರಲ್ಲಿ ಬರೆದುಕೊಂಡಿದ್ದ ಆತ್ಮ ಚರಿತ್ರೆಯನ್ನೂ ಓದಿದ್ದೆ. ಅದರಲ್ಲಿ ಸ್ತ್ರೀ ಸಮಾಜದ ವೈಧವ್ಯ ವಿಮೋಚನಾ ಕಾರ್ಯವು ನನ್ನಿಂದ ಪ್ರಾರಂಭವಾಯಿತು ಎಂದು ಅವರು ಬರೆದುಕೊಂಡಿದ್ದರು.

'ಆಗಿನ ವಾತಾವರಣವು ಪುನರ್ವಿವಾಹಕ್ಕೆ ಅನುಕೂಲವಿಲ್ಲದ್ದರಿಂದ ನಾನು ನಾಲ್ಕೈದು ವರ್ಷ ಪ್ರಯತ್ನ ಪಟ್ಟರೂ ಒಂದು ಪುನರ್ವಿವಾಹವನ್ನೂ ಮಾಡಲು ಸಾಧ್ಯವಾಗಿರಲಿಲ್ಲ. ಆದರೂ ನಾನು ಪ್ರಯತ್ನ ಬಿಡಲಿಲ್ಲ. ಶಿರಸಿಯ ಅಕದಾಸ ಗಣಪತಿ ಭಟ್ಟರ ಮೊದಲಿನ ಹೆಂಡತಿ ತೀರಿಕೊಂಡಿದ್ದರಿಂದ ಪುನರ್ವಿವಾಹ ಮಾಡಿಕೊಳ್ಳಲು ನನಗೆ ಸಮ್ಮತಿ ಕೊಟ್ಟಿದ್ದರು. ಬೆಳ್ಳಣ್ಣೆ ಜಾತ್ರೆಯಲಿ ನನ್ನ ಉಪನ್ಯಾಸ ಕೇಳಿ ನಂದಿತಳೆಯ ಮಹಾಂಕಾಳಮ್ಮ ಪುನರ್ವಿವಾಹಕ್ಕೆ ಒಪ್ಪಿ ಪ್ರತಿಜ್ಞಾ ಲೇಖವನ್ನು ಬರೆದು ಕೊಟ್ಟಿದ್ದಳು. ಎರಡು ವರ್ಷಗಳ ನಂತರ ಅವರಿಗೆ ಮದುವೆ ಮಾಡಿಸಿ ನನ್ನ ಪ್ರಯತ್ನ ಸಾಫಲ್ಯವಾಯಿತೆಂದು ತಿಳಿದು ಪುನರ್ವಿವಾಹ ಪ್ರಚಾರ ಮಾಡುವ ಬಗ್ಗೆ ಅವರಿಗೆ ಅಧಿಕಾರ ನೀಡಿದೆನು' ಎಂಬ ವೃತ್ತಾಂತದ ಬಗ್ಗೆ ಮಹಾಂಕಾಳಮ್ಮನವರಣ್ಣು ನಾನು ಸಂದರ್ಶಿಸಿದಾಗ ಪ್ರಸ್ತಾಪಿಸಿದ್ದೆ. ಅವರು ವಿಧವಾ ವಿವಾಹದ ಚಿಂತನೆ ಅಕದಾಸ ಗಣಪತಿ ಭಟ್ಟರದೇ ಹೊರತು ಕಿಲಾರದ ಗಣೇಶ ಹೆಗಡೆಯವರದ್ದಲ್ಲ ಎಂದು ಸ್ಪಷ್ಟಪಡಿಸಿದ್ದರು. ತಮ್ಮಲ್ಲಿದ್ದ ಕೆಲವು ದಾಖಲೆಗಳನ್ನು ನೀಡಿ ಸಾಧ್ಯವಾದರೆ ಅಕದಾಸ ಗಣಪತಿ ಭಟ್ಟರ ಕುರಿತು ಮಾಹಿತಿ ಸಂಗ್ರಹಿಸಿ ದಾಖಲೀಕರಿಸಲು ಕೋರಿದ್ದರು.

ಅದಕ್ಕೆ ಒಪ್ಪಿಕೊಂಡ ನಾನು 1984 ರಿಂದ ವಿವರ ಸಂಗ್ರಹಣೆಗೆ ಮುಂದಾದೆ. ಆ ವೇಳೆಗಾಗಲೇ ಅಕದಾಸ ಗಣಪತಿ ಭಟ್ಟರ ಹೆಚ್ಚಿನ ಸಮಕಾಲೀನರು, ಸಹಕಾರಿಗಳು ಗತಿಸಿ ಹೋಗಿದ್ದರು. ಜೀವಂತವಿದ್ದ ಬೇಳೂರು ಜಾಣ ಮಂಜಪ್ಪನವರನ್ನು, ತುಂಬೆ ಸುಬ್ರಾಯರನ್ನು ಬೆಟ್ಟಿಯಾದೆ. ಮರಣಶಯ್ಯೆಯಲ್ಲಿದ್ದ ಜಾಣ ಮಂಜಪ್ಪನವರಿಂದ ಮಾಹಿತಿ ಕಲೆ ಹಾಕಲು ಸಾಧ್ಯವಾಗದಿದ್ದರೂ ಅವರ ಮಗ ರಾಮಚಂದ್ರಪ್ಪ ಅವರು ತಮ್ಮ ಸಂಗ್ರಹದಲ್ಲಿದ್ದ ಕೆಲ ದಾಖಲೆಯನ್ನು ಕೊಟ್ಟು ಬೆನ್ನು ತಟ್ಟಿದರು.

ತೀರ್ಥಹಳ್ಳಿಯ ವೆಂಕಟಕೃಷ್ಣ, ತಾಳಗುಪ್ಪ ನಾಲಂದಾ ಜೂನಿಯರ್ ಕಾಲೇಜಿನಲ್ಲಿ ಪ್ರಿನ್ಸಿಪಾಲರಾಗಿದ್ದ ಯು.ಎನ್.ಹೆಗಡೆ, ಬೆಂಗಳೂರಿನ ರಾಮಮೂರ್ತಿ ಎಂಬುವವರು ಮಾಲೇರ ಬಗ್ಗೆ ಮಾಹಿತಿ ನೀಡಿದರು. ಕೆ ವಿ ಸುಬ್ಬಣ್ಣನವರ ತಾಯಿ ಸಾವಿತ್ರಮ್ಮ ತಮ್ಮ ಅಕ್ಕನ ಬಗ್ಗೆ ತಾವು ಬರೆದಿಟ್ಟಿದ್ದ ಮಾಹಿತಿಯನ್ನು ಕೊಟ್ಟರು. ಅಂಚೆ ಗೋವಿಂದರಾಯರು, ಅವರ ಮಕ್ಕಳಾದ ನಾರಾಯಣ ಮೂರ್ತಿ, ಗುರುಪಾದ ಹಲವು ಮಹತ್ವದ ಸಂಗತಿ ತಿಳಿಸಿದರು.

ಅಂದಿನ ವ್ಯವಸ್ಥೆಯಲ್ಲಿ ಊರು ಸುತ್ತಿ ಮಾಹಿತಿ ಸಂಗ್ರಹಿಸುವುದು ಕಷ್ಟಕರವಾಗಿತ್ತು. ಕ್ಷೇತ್ರ ಕಾರ್ಯ ನನ್ನೊಬ್ಬನಿಂದ ಆಗುವ ಕಾರ್ಯವಲ್ಲ ಎಂಬುದು ಅರಿವಾದಾಗ ಮಿತ್ರ ರಾಜೀವ ಅಜ್ಜೀಬಳರನ್ನು ಸಹಕರಿಸಲು ಕೇಳಿಕೊಂಡೆ. ಅವರು ಕೈಜೋಡಿಸಿದರು. ಐದು ವರ್ಷಗಳಲ್ಲಿ ಹಲವು ಮಹನೀಯರನ್ನು ಬೆಟ್ಟಿಯಾದೆವು. ಹಲವು ಪುಸ್ತಕಗಳನ್ನು ಅವಲೋಕಿಸಿ, 1989 ರ ಸುಮಾರಿಗೆ 'ಅಕದಾಸ ದಂಪತಿಗಳ

ವಿಧವಾ ವಿವಾಹ ಆಂದೋಲನ' ಮಸ್ತಕ ಸಿದ್ಧಗೊಳಿಸಿ ಮಹಾಂಕಾಳಮ್ಮನವರಿಗೆ ತೋರಿಸಿ ಒಪ್ಪಿಗೆ ಪಡೆದುಕೊಂಡೆವು.

ಈ ಮಧ್ಯೆ ನನ್ನ ಮದುವೆಯಾಗಿ, ಹೆಂಡತಿ ಶೈಲಜ ತೀರಿಕೊಂಡಳು. (24-4-1991). ಇದರಿಂದ ಮಸ್ತಕದ ಪ್ರಕಟಣೆಯ ಕಾರ್ಯದಲ್ಲಿ ಹಿಂದೇಟಾಯಿತು. ರಾಜೀವರೊಬ್ಬರೇ ಪ್ರಕಟಣೆಯ ಹೊಣೆ ಹೊತ್ತು ಮುಂದಾದರು. ಮುದ್ರಣಾಲಯ ತಲುಪುವ ಮುನ್ನ ಮಹಾಂಕಾಳಮ್ಮನವರು ವಿಧಿವಶರಾದರು. ವರ್ಷಾಂತ್ಯದೊಳಗೆ ಮಸ್ತಕವನ್ನು ಹೊರತರಲೇಬೇಕೆಂಬ ಹಠದಲ್ಲಿ ರಾಜೀವರು ಮಸ್ತಕ ಪ್ರಕಟಿಸಿದರು.

ವಿಧವಾ ವಿವಾಹ ಚಿಂತನೆ 1850ರ ಸುಮಾರಿಗೆ ಪ್ರಾರಂಭಗೊಂಡಿತ್ತು. ಆದರೆ ಅಕದಾಸರ ಆಂದೋಲನ ಮೂಲತಃ ಹವ್ಯಕ ಬ್ರಾಹ್ಮಣ ಸಮಾಜದಲ್ಲಿ ಬೇರು ಬಿಟ್ಟ ಅಂಧಶ್ರದ್ಧೆ, ಅಸಮಾನತೆ, ಮಹಿಳೆಯರ ಶೋಷಣೆ ಮುಂತಾದ ಸಾಮಾಜಿಕ ವ್ಯವಸ್ಥೆಯನ್ನು ದೂರ ಮಾಡಲು 1924ರ ಸುಮಾರಿಗೆ ಪ್ರಾರಂಭಗೊಂಡಿತ್ತು. ಈ ಹಿನ್ನಲೆಯಲ್ಲಿ ಹವ್ಯಕ ಬ್ರಾಹ್ಮಣರ ಕುರಿತು ಕೆಲವು ವಿವರಗಳನ್ನು ಸೇರಿಸಿ ಮಸ್ತಕವನ್ನು ವಿಸ್ತರಿಸುವುದು ಅಗತ್ಯ ಎನಿಸಿದ್ದರಿಂದ ಅಂದಿನ ಬರಹದ ಮೂಲ ಆಕರವನ್ನು ಉಳಿಸಿಕೊಂಡು ಮನಃ ಬರೆಯಬೇಕಾಯಿತು. ಮಸ್ತಕದಲ್ಲಿ ನಿರೂಪಿತವಾದ ಹವ್ಯಕರ ಇತಿಹಾಸಕ್ಕೆ ಸಂಶೋಧಕರಾದ ಸಾಗರದ ಕಲ್ಸೆ ತಿಮ್ಮಪ್ಪನವರು ತಮ್ಮ ಗ್ರಂಥವನ್ನು ಬಳಸಿಕೊಳ್ಳಲು ಅನುವು ಮಾಡಿಕೊಟ್ಟಿದ್ದಾರೆ.

ಅಕದಾಸ ದಂಪತಿಗಳ ಸಾಹಸ ಗಾಥೆ ಮತ್ತೊಮ್ಮೆ ಮಸ್ತಕ ರೂಪದಲ್ಲಿ ಬರುತ್ತಿದೆ. ನನ್ನ ಪ್ರೀತಿಯ ಗೆಳೆಯರೇ ಆದ ಹೊನ್ನೇಮರಡುವಿನ ಸಾಹಸಿ ದಂಪತಿಗಳಾದ ಎಸ್ ಎಲ್ ಎನ್ ಸ್ವಾಮಿ ಹಾಗೂ ನೊಮಿಟೋ ಅವರ ಸಹೋದರರೂ, ಮಾಧ್ಯಮ ಮಿತ್ರರೂ ಆದ, ಈಗ 'ಬಹುರೂಪಿ' ಪ್ರಕಾಶನದ ಮೂಲಕ ಮಸ್ತಕ ಸಂಸ್ಕೃತಿಗೆ ಹೊಸ ಮಾದರಿ ನೀಡುತ್ತಿರುವ ಜಿ ಎನ್ ಮೋಹನ್‌ರವರು ಪ್ರೀತಿಯಿಂದ ಪ್ರಕಟಣೆ ಮಾಡಿದ್ದಾರೆ.

ಈ ಕಾರ್ಯಕ್ಕೆ ಅಕದಾಸ ರಾಮಣ್ಣ, ಸೀತಕ್ಕ, ರಾಜೀವ ಅಜ್ಜೀಬಳ, ನೆರವಾಗಿದ್ದಾರೆ. ನನ್ನ ಸೊಸೆ ಶ್ರೀಕಲಾ. ಡಿ.ಎಸ್, ಹಾಗೂ ಮಗ ವಿನಾಯಕರಾಮ, ನನ್ನ ಹೆಂಡತಿ ಕನ್ಯಾಕುಮಾರಿ, ದೇವರು ಭಟ್ ಕಲಗಾರು, ಅಶೋಕ ಹೆಗಡೆ ಮಾವಿನಗುಂಡಿ ಹಾಗೂ ಹಲವರು ಪ್ರತ್ಯಕ್ಷ ಪರೋಕ್ಷವಾಗಿ ಸಹಕರಿಸಿದ್ದಾರೆ. ಎಲ್ಲರಿಗೂ ಕೃತಜ್ಞತೆಗಳು.

– ಕಲಗಾರು ಲಕ್ಷ್ಮೀನಾರಾಯಣ ಹೆಗಡೆ

ಇದೊಂದು ಕ್ರಾಂತಿ

ನಾಡಿನ ಸಮಾಜ ಸುಧಾರಣೆಯ ಚರಿತ್ರೆಯಲ್ಲಿ ಕಳೆದ ಶತಮಾನದ ಇಪ್ಪತ್ತು - ಮೂವತ್ತರ ದಶಕಗಳಲ್ಲಿ ಸಿರಸಿಯಲ್ಲಿ ಮಹತ್ತರವಾದ ಆಂದೋಲನ ಜರುಗಿತು.

ಬಾಲ ವಿಧವೆಯರ ಪುನರ್ವಿವಾಹದ ಕುರಿತು ಇದ್ದ ಆ ಕಾಲದ ಸಾಮಾಜಿಕ ಧಾರ್ಮಿಕ ರೀತಿ ರಿವಾಜು ವಿರುದ್ಧ ಅಕದಾಸ ಗಣಪತಿ ಭಟ್ಟರು ಹಾಗೂ ಅವರ ಪತ್ನಿ ಮಹಾಂಕಾಳಮ್ಮ ಅಂದೋಲನ ರೂಪಿಸಿದ್ದರು.

ತಾಳಗುಪ್ಪ ಸಮೀಪದ ಕಲಗಾರಿನ ಲಕ್ಷ್ಮೀನಾರಾಯಣ ಅವರು ಆ ಕುರಿತು ಪುಸ್ತಕ ಬರೆಯಲು ಮಾಹಿತಿ ಕಲೆಹಾಕುತ್ತಿದ್ದರು. ಮಿತ್ರರಾದ ಅವರು ತಮ್ಮ ಕ್ಷೇತ್ರ ಕಾರ್ಯಕ್ಕೆ ನೆರವು ಬಯಸಿದರು.

ಈ ಮಹತ್ವದ ಸಂಗತಿಯನ್ನು ದಾಖಲಿಸಲೇಬೇಕೆಂದು ನಾವು ತೀರ್ಮಾನಿಸಿದೆವು. ಅದೂ ಕೂಡಾ ಆದಷ್ಟು ಶೀಘ್ರವಾಗಿ ಆಗಬೇಕಿತ್ತು. ಯಾಕೆಂದರೆ ಆ ಆಂದೋಲನದಲ್ಲಿ ವಿಧವಾ ವಿವಾಹ ಪ್ರಚಾರಕಿಯಾಗಿ ಪ್ರಮುಖ ಪಾತ್ರ ವಹಿಸಿದ ಶ್ರೀಮತಿ ಮಹಾಂಕಾಳಮ್ಮ ಅಕದಾಸ ಅವರಿದ್ದರು. ಅವರಿಂದ ನಮಗೆ ಬಹುತೇಕ ಮಾಹಿತಿ ದೊರೆಯಲು ಸಾಧ್ಯವಿತ್ತು. ನಾವು ನಮ್ಮ ಇತಿ ಮಿತಿಯಲ್ಲಿ ಕ್ಷೇತ್ರಕಾರ್ಯದಲ್ಲಿ ತೊಡಗಿಕೊಂಡೆವು. ಎಂಬತ್ತರ ದಶಕದಲ್ಲಿ ಈಗಿನಷ್ಟು ಸಂಚಾರ ಸಂಪರ್ಕ ವ್ಯವಸ್ಥೆ ಇರಲಿಲ್ಲ. ಲಕ್ಷ್ಮೀನಾರಾಯಣ ಅವರು ಕಲಗಾರಿನಿಂದ, ಅಧ್ಯಾಪಕ ವೃತ್ತಿಯ ಕಾರಣ ನನ್ನ ರಜಾ ದಿನದ ಪುರುಸೊತ್ತು ನೋಡಿಕೊಂಡು ಪತ್ರಮುಖೇನ ಮುಂಚಿತವಾಗಿ ಸಂಪರ್ಕಿಸಿ ಭೇಟಿಯಾಗಿ ನಮ್ಮ ಕೆಲಸವನ್ನು ಮುಂದುವರಿಸಬೇಕಾಗಿತ್ತು.

ಮಹಾಂಕಾಳಮ್ಮ ಅವರನ್ನು ಅವರ ಮನೆಯಲ್ಲಿ ಅನೇಕ ಬಾರಿ ಭೇಟಿಯಾಗಿ ಚರ್ಚಿಸಿದೆವು. ಹಲವು ಪ್ರಶ್ನೆಗಳನ್ನು ಬರೆದುಕೊಟ್ಟು ಉತ್ತರ ಬರೆಸಿಕೊಂಡೆವು. ಅನೇಕ ದಾಖಲೆಗಳನ್ನು ಪರಿಶೀಲಿಸಿದೆವು. ವಿಶೇಷವಾಗಿ ಅವರು ಬರೆದಿಟ್ಟ ಡೈರಿಯಿಂದ ಪ್ರಥಮ ಮಾಹಿತಿ ವಿವರಗಳು ಸಿಕ್ಕವು.

ಈ ಆಂದೋಲನಕ್ಕೆ ಸಂಬಂಧಿಸಿದಂತೆ ಮಾಹಿತಿ ಸಂಗ್ರಹಿಸಲು ಆ ಕಾಲದಲ್ಲಿ ಮಠಮಾನ್ಯಗಳ ಆದೇಶವನ್ನು ಧಿಕ್ಕರಿಸಿ ವಿಧವಾ ವಿವಾಹ ಕಾರ್ಯವನ್ನು ನೆರವೇರಿಸಿದ ಕಲ್ಲುಣಿಯಲ್ಲಿದ್ದ ಕರುಸುಳ್ಳಿ ಗಣಪತಿ ಭಟ್ಟರಂತಹ ದಿಟ್ಟ ಪುರೋಹಿತರನ್ನು ಹಾಗು 1933ರಲ್ಲಿ ಮುಂಡಿಗೇಸರದ ಮಹಾಗಣಪತಿ ದೇವಸ್ಥಾನದಲ್ಲಿ ಬ್ರಹ್ಮರ್ಷಿ ವಾಶಿಷ್ಟ ಗಣಪತಿ ಮುನಿಗಳವರ ಅಧ್ಯಕ್ಷತೆಯಲ್ಲಿ ಜರುಗಿದ 'ಅಕ್ಷತ ವಿಧವಾ ಪುನರ್ವಿವಾಹ ವಿಮರ್ಶೆ' ಎಂಬ ಮಹತ್ವದ ಸಭೆಯ ವಿಷಯವಾಗಿ ಮುಂಡಿಗೇಸರದ ಹಿರಿಯ ಸುಬ್ರಾಯ ಹೆಗಡೆ ಹೂತನ, ಬಳಗಂಡಿಯ ಕಾಶಕ್ಕ, ಕಡವೆ ಮಹಾಲಕ್ಷ್ಮಮ್ಮ, ಜಿ ಆರ್ ಪಾಂಡೇಶ್ವರರ ಪತ್ನಿ ಸಾವಿತ್ರಮ್ಮ ಹಾಗೂ ಗಣಪತಿ ಭಟ್ಟರ ಮನೆಯ ಮಹಡಿಯ ಮೇಲೆ ಪುನರ್ವಿವಾಹವಾದ ಹಲವು ದಂಪತಿಗಳನ್ನು, ಅವರ ಮಕ್ಕಳನ್ನು ಭೇಟಿ ಮಾಡಿ, ಹೇಳಿಕೆಗಳನ್ನು ಬರೆದುಕೊಂಡೆವು. ಈಶ್ವರಚಂದ್ರ ವಿದ್ಯಾಸಾಗರ, ಮಹರ್ಷಿ ಕರ್ವೆ, ಕಮಲಾದೇವಿ ಚಟ್ಟೋಪಾಧ್ಯಾಯ ಅವರ ಕೃತಿಗಳನ್ನು ಅಭ್ಯಾಸ ಮಾಡಿದೆವು.

ದುರಂತವೆಂದರೆ ಈ ಕ್ಷೇತ್ರಕಾರ್ಯದಲ್ಲಿ ಸಂಪೂರ್ಣವಾಗಿ ತೊಡಗಿಕೊಂಡ ಮಿತ್ರ ಲಕ್ಷ್ಮೀನಾರಾಯಣರಿಗೆ ಸತ್ವಪರೀಕ್ಷೆಯ ಕಾಲ ಎದುರಾಯಿತು. ಚೊಚ್ಚಲು ಬಸುರಿಯಾಗಿದ್ದ ಅವರ ಪತ್ನಿ ಅಕಾಲ ಮರಣಕ್ಕೀಡಾಗಿ ಅವರು ಆಘಾತಕ್ಕೊಳಗಾದರು. ಆ ಘಟನೆಯಿಂದ ಚೇತರಿಸಿಕೊಳ್ಳಲು ಅವರಿಗೆ ಅನೇಕ ತಿಂಗಳುಗಳೇ ಬೇಕಾಯಿತು.

ಅವರ ಪತ್ನಿ ಶೈಲಜ ಅವರು ಅಕದಾಸ ಭಟ್ಟರ ಆಂದೋಲನದಲ್ಲಿ ಸಕ್ರಿಯವಾಗಿ ತೊಡಗಿಕೊಂಡಿದ್ದ ಬೆಳ್ಳಣ್ಣೆ ಚೌಡಿಕೊಡ್ಲು ಲಕ್ಷ್ಮಮ್ಮನ ಮೊಮ್ಮಗಳಾಗಿದ್ದಳು..

ಅಕದಾಸ ದಂಪತಿಗಳ ವಿಧವಾ ವಿವಾಹ ಆಂದೋಲನ ಕೃತಿ ಸಿದ್ಧಮಾಡಲು 4 ವರ್ಷ ಕಾಲ ಬೇಕಾಯಿತು. ಪುಸ್ತಕ ಪ್ರಕಟಣೆಗೆ ಮುನ್ನ ಮಹಾಂಕಾಳಮ್ಮನವರು ಇಹ ಲೋಕ ತ್ಯಜಿಸಿದ್ದರಿಂದ ಪ್ರಕಟಿತ ಪುಸ್ತಕವನ್ನು ಅವರಿಗೆ ನೀಡಲಾಗಲಿಲ್ಲ ಎಂಬ ವ್ಯಥೆ ಇಂದಿಗೂ ನಮ್ಮನ್ನು ಕಾಡುತ್ತಿದೆ.

ಮತ್ತೆ ಮದುವೆ ಬೇಡ ಎಂದು ನಿರ್ಧರಿಸಿದ್ದ ಲಕ್ಷ್ಮೀನಾರಾಯಣರಿಗೆ ಅವರ ಅತ್ತೆ ಜಯಲಕ್ಷ್ಮಮ್ಮ, ಮಾವ ಸಿ.ರಾಮಚಂದ್ರ ರಾವ್ ತಿಳಿ ಹೇಳಿ ದುರಾದೃಷ್ಟದಿಂದ ಗಂಡನನ್ನು ಕಳೆದುಕೊಂಡಿದ್ದ ಅರಳಗೋಡು ವರ್ತೆಕೊಡ್ಲಿನ ನಾಗೇಂದ್ರ ಭಟ್ಟರ ಮಗಳು ಕನ್ಯಾಕುಮಾರಿಯನ್ನು ಅಕದಾಸ ಗಣಪತಿ ಭಟ್ಟರ

ದಾರಿಯಲ್ಲೇ ಮುಂದುವರಿದು ಮರು ಮದುವೆ ಮಾಡಿಸಿದರು. ಪ್ರಾರಂಭದಲ್ಲಿ ಕನ್ಯಾಕುಮಾರಿಯವರ ಗಂಡನ ಮನೆಯವರಿಂದ ಮಗನ ಕುರಿತು, ಸಾಕಷ್ಟು ಮಾನಸಿಕ ಹಿಂಸೆಯನ್ನು ಅನುಭವಿಸಿದರೂ ಕ್ರಮೇಣ ಎಲ್ಲ ಅಡೆತಡೆಗಳನ್ನೂ ಎದುರಿಸಿ ಇಂದು ನೆಮ್ಮದಿಯ ಜೀವನ ನಡೆಸುತ್ತಿದ್ದಾರೆ. ಅವರ ಮಗ ವಿನಾಯಕರಾಮ, ಲಕ್ಷ್ಮೀನಾರಾಯಣರನ್ನು ತಂದೆಯ ಸ್ಥಾನದಲ್ಲಿ ಕಾಣುತ್ತಿದ್ದಾರೆ.

ಇಂದು ಹೆಣ್ಣಿಗೆ ಬರ, ಮದುವೆ ವಯಸ್ಸಿನ ಗಂಡು ಮಕ್ಕಳಿಗೆ ಹೆಣ್ಣು ಸಿಗುತ್ತಿಲ್ಲ ಎನ್ನುವ ಕಾಲಘಟ್ಟದಲ್ಲಿದ್ದೇವೆ. ವಿಧವೆಯರ ಅಥವಾ ವಿಚ್ಛೇದಿತ ಮಹಿಳೆಯರ ವಿವಾಹಗಳು ಯಾವುದೇ ಗೊಂದಲಗಳಿಲ್ಲದೇ ನಡೆಯುತ್ತಿದೆ.

ಆದರೆ ನೂರಾರು ವರ್ಷಗಳ ವ್ಯವಸ್ಥೆಯ ವಿರುದ್ಧ ಧ್ವನಿಯೆತ್ತಿ, ಸಮಾಜವನ್ನು ಪರಿವರ್ತನೆಯ ಹಾದಿಯಲ್ಲಿ ನಡೆಸಿದ ಅಕದಾಸ ದಂಪತಿಗಳ ವಿಧವಾ ವಿವಾಹ ಆಂದೋಲನದ ಫಲಶ್ರುತಿ ಚರಿತ್ರೆಯ ಪುಟಗಳಲ್ಲಿ ಚಿರಸ್ಥಾಯಿ.

ರಾಜೀವ ಅಜ್ಜೀಬಳ

ಹಲವು ಹೆಜ್ಜೆಗಳು

ಅಕದಾಸ ದಂಪತಿಗಳು

ಒಂದು ಕ್ರಾಂತಿಕಾರಿ ವಿವಾಹದ ಹಿಂದೆ

ಸುಮಾರು 90 ವರ್ಷಗಳ ಹಿಂದಿನ ಮಾತು. ಸಂಪ್ರದಾಯ ನಿಷ್ಠರ, ಕಂದಾಚಾರದವರ, ಶ್ರೀಮಂತರ, ಗುರುಮಠಗಳ ಕಪಿಮುಷ್ಟಿಯಲ್ಲಿ ಸಮಾಜ ನಲುಗುತ್ತಿದ್ದ ಕಾಲವದು. ಧರ್ಮದ ಹೆಸರಲ್ಲಿ, ಪರಂಪರೆಯ ಹೆಸರಲ್ಲಿ ಕುರುಡು ಸಂಪ್ರದಾಯವನ್ನು ಆಚರಿಸಿಕೊಂಡು ಬರುತ್ತಿದ್ದ ದಿನಗಳವು.

'ಅಕದಾಸ ಗಣಪತಿ ಭಟ್ಟನೆಂಬ ವಿಧುರನಾದ ನಾನು ನಂದಿತಳೆಯ ಅಂಚೆ ತಿಮ್ಮಯ್ಯನವರ ಮಗಳಾದ ವಿಧವೆ ಮಹಾಂಕಾಳಿಯನ್ನು ಲಗ್ನವಾಗಲು ನಿಶ್ಚಯಿಸಿರುತ್ತೇನೆ. ಮಂಜುಗುಣಿ ಕ್ಷೇತ್ರದಲ್ಲಿ 23-12-1932ರಂದು ನಡೆಯುವ ಈ ಶುಭ ಕಾರ್ಯಕ್ಕೆ ತಾವೆಲ್ಲಾ ಆಗಮಿಸಬೇಕು' ಎಂಬ ಆಮಂತ್ರಣ ಪತ್ರಿಕೆ ಸಿರ್ಸಿ ಸುತ್ತಮುತ್ತಲಿನ ಹವ್ಯಕ ಬ್ರಾಹ್ಮಣರ ಮನೆ ಮನೆಗೆ ತಲುಪಿತು.

ಇದು ಇಡೀ ಹವ್ಯಕ ಸಮುದಾಯವನ್ನು ತಲ್ಲಣಗೊಳಿಸಿತು. ಬ್ರಾಹ್ಮಣ ಸಮುದಾಯದಲ್ಲಿ ವಿಧವಾ ವಿವಾಹವನ್ನು ಪ್ರತಿಪಾದಿಸುತ್ತ ಪ್ರಚಾರಾಂದೋಲನವನ್ನು ಹುಟ್ಟುಹಾಕಿದ, ಸಮಾಜದಲ್ಲಿ ವಜನು ಇದ್ದ ಸಿರ್ಸಿಯ ಗಣ್ಯ ಅಡಿಕೆ ವರ್ತಕ ಅಕದಾಸ ಗಣಪತಿ ಭಟ್ಟರು ತಾವೇ ವಿಧವೆಯನ್ನು ಮದುವೆಯಾಗಿ ಸನಾತನಿಗಳನ್ನು ಎದುರಿಸಲು ಮುಂದಾಗಿರುವುದು ಸಮಾಜಕ್ಕೆ ಆಘಾತಕಾರಿ ವಿಷಯವಾಗಿತ್ತು. ಶಿರಸಿ ಸಮೀಪದ ಮಂಜುಗುಣಿಯ ವೆಂಕಟರಮಣ ದೇವಸ್ಥಾನದಲ್ಲಿ ನಡೆದ ಈ ಅಪರೂಪದ ಮದುವೆಗೆ ಅಕದಾಸ ಗಣಪತಿ ಭಟ್ಟರ ಬೆಂಬಲಿಗರು, ಅಭಿಮಾನಿಗಳಲ್ಲದೆ, ಹೇಗೆ ಈ ಮದುವೆ ನಡೆಸುತ್ತಾರೆ ಎಂಬ ಕುತೂಹಲದಿಂದ ಬಂದಿದ್ದ ಕುತ್ಸಿತ ಸನಾತನಿಗಳೂ ಬಂದಿದ್ದರು.

ಗುರುಮಠದವರಿಂದ ಸಮಾಜ ಬಹಿಷ್ಕಾರದ ಭೀತಿ, ಮುಂದೆ ಪೌರೋಹಿತ್ಯ ವೃತ್ತಿಗೆ ಸಂಚಕಾರವಾಗುವ ಸಾಧ್ಯತೆ ನಿಚ್ಚಳವಾಗಿದ್ದರೂ ಕರುಸುಳ್ಳಿಯ ಕೆರಕೈ ಸಿದ್ದಿಗಣಪತಿ ಭಟ್ಟರೆಂಬ ವಿದ್ವಾಂಸರು ದಿಟ್ಟತನದಿಂದ ಶಾಸ್ತ್ರೋಕ್ತವಾಗಿ ವಿಧವಾ ವಿವಾಹ ನಡೆಸಿಕೊಟ್ಟರು. ಹವ್ಯಕ ಬ್ರಾಹ್ಮಣ ಸಮುದಾಯದ ಮೊದಲ ವಿಧವಾ ವಿವಾಹ ಸಾವಿರಾರು ಜನರ ಸಮಕ್ಷಮ ಯಶಸ್ವಿಯಾಗಿ ನಡೆಯಿತು.

ಈ ಮದುವೆಯ ಹಿಂದೆ ಸಾಮಾಜಿಕ ಕಳಕಳಿ ಇದೆ. ಸಮಾಜ ಸುಧಾರಣೆಯ ಶ್ರಮವಿದೆ. ಲಕ್ಷಾಂತರ ಬಾಲ ವಿಧವೆಯರ ಕಣ್ಣೀರ ಕಥೆಯಿದೆ. ಇದರ ಪ್ರಾರಂಭ 600-700 ವರ್ಷಗಳ ಹಿಂದಕ್ಕೆ ಹೋಗುತ್ತದೆ.

ಹವ್ಯಕ ಬ್ರಾಹ್ಮಣರು

ಸಹಸ್ರಾರು ವರ್ಷಗಳ ಸುದೀರ್ಘ ಉಜ್ವಲ ಸಾಂಸ್ಕೃತಿಕ ಪರಂಪರೆ ಹೊಂದಿದ ಹವ್ಯಕ ಬ್ರಾಹ್ಮಣರು ಕರ್ನಾಟಕದ ಪಂಚ ದ್ರಾವಿಡ ಬ್ರಾಹ್ಮಣ ಪಂಗಡಕ್ಕೆ ಸೇರಿದವರು. ಪರಶುರಾಮನಿಂದ ಶಾಪಗ್ರಸ್ತರಾದ ಸ್ಥಳೀಯ ಬ್ರಾಹ್ಮಣರಿಂದ ನಡೆಸುವ ಯಜ್ಞ-ಯಾಗ, ಪೂಜೆ-ಪುನಸ್ಕಾರಗಳು ಫಲಪ್ರದವಲ್ಲ ಎಂಬ ಭಾವನೆಯಿಂದ ಕದಂಬ ಚಕ್ರವರ್ತಿ ಮಯೂರ ವರ್ಮ ಉತ್ತರದ *ಅಹಿಚ್ಛತ್ರದಿಂದ ಕರೆತಂದ ಬ್ರಾಹ್ಮಣರೇ ಹವ್ಯಕರು ಎಂದು ಹೇಳಲಾಗಿದೆ.

ಕದಂಬ ಚಕ್ರವರ್ತಿ ಮಯೂರ ಶರ್ಮ ಉತ್ತರದ ಅಹಿಚ್ಛತ್ರದಿಂದ 32 ಬ್ರಾಹ್ಮಣ ಕುಟುಂಬಗಳನ್ನು ಕರೆತಂದು ಗೋಕರ್ಣದಿಂದ ಸೀತಾ ನದಿಯವರೆಗೆ ನೆಲೆ ನಿಲ್ಲಿಸಿ, ನಿರಂತರವಾಗಿ, ಯಜನ, ಯಾಜನ, ಅಧ್ಯಯನ, ಅಧ್ಯಾಪನ, ದಾನ, ಪ್ರತಿಗ್ರಹ ಎಂಬ ಷಟ್ಕರ್ಮಗಳನ್ನು ನಡೆಸುತ್ತಾ ಇರುವಂತೆ ವ್ಯವಸ್ಥೆ ಮಾಡಿಕೊಟ್ಟನು.

ಮುಂದೆ ಅವನ ಪೀಳಿಗೆಯ ಲೋಕಾದಿತ್ಯನೆಂಬ ಅರಸನು ಈ ಬ್ರಾಹ್ಮಣರನ್ನು ಹವ್ಯಕರು ಎಂದು ಹೆಸರಿಸಿ ಹತ್ತು ಪಟ್ಟಣಗಳಿಂದ ಕೂಡಿದ 16 ಗ್ರಾಮಗಳನ್ನು, 10 ಘಟ್ಟ ಪ್ರದೇಶವನ್ನೂ, ಹತ್ತು ದುರ್ಗಾ ಸ್ಥಾನವನ್ನೂ, ಐದು ಶೈವ ಕ್ಷೇತ್ರಗಳನ್ನು ನೀಡಿದನು ಎಂದು ಉತ್ತರ ಸಹ್ಯಾದ್ರಿಖಂಡದಲ್ಲಿ ಹೇಳಿದೆ.

(* ಅಹಿಚ್ಛತ್ರವೆಂಬುದು ಇಂದಿನ ಉತ್ತರ ಪ್ರದೇಶದಲ್ಲಿದೆ. ವೇದಕಾಲಿನ ಪ್ರದೇಶವಾದ ಈ ನಗರವು ರಾಮನ ಕಾಲಕ್ಕಿಂತ 45 ತಲೆಮಾರು ಹಿಂದಿನ ಪ್ರದೇಶ ವಾಗಿದ್ದು, ಅಲ್ಲಿ ನಾಲ್ಕು ವೇದಗಳನ್ನು ಕಂಠಸ್ಥ ಮಾಡಿಕೊಂಡ ಪಾರಂಗತರಿದ್ದರು. ಋಚೆ, ಸೂಕ್ತ ಮೊದಲಾದ ವೇದಮಂತ್ರ ದೃಷ್ಟಾರರಿದ್ದರು. ಹರಪ್ಪ, ಮೊಹೆಂಜದಾರೊ ಮುದ್ರೆಯಲ್ಲಿ ವೇದಕಾಲದ ಅಹಿಚ್ಛತ್ರ ಕಂಡುಬಂದಿದೆ.)

ಲೌಕಿಕೇ ವೈದಿಕೇ ಕೃತ್ಯೇ ಸಂಶಯ ಗ್ರಂಥಿಭೇದಿನಃ ॥
ಜ್ಞಾನಯೋಗ ವಿನಿರ್ಧೂತ ಕಲ್ಮಷಾ ವಿಜಿತಾರಯಃ ॥

'ಲೌಕಿಕ ಹಾಗೂ ವೈದಿಕ ಕರ್ಮಗಳಲ್ಲಿ ಯಾವುದೇ ಸಂಶಯ ಬಂದರೂ ಅದನ್ನು ಪರಿಹರಿಸುವವರೂ, ಕಲ್ಮಶರಹಿತರೂ ಆಗಿದ್ದರು' ಎಂದು ಉತ್ತರ ಸಹ್ಯಾದ್ರಿ ಖಂಡವು ಹವ್ಯಕರನ್ನು ಕುರಿತು ಹೇಳಿದೆ. ಋಷಿ ಮೂಲದವರಾದ ಹವ್ಯಕರಲ್ಲಿ ಸಪ್ತ ಗೋತ್ರಗಳಿವೆ. ಕಾಶ್ಯಪ, ವಿಶ್ವಾಮಿತ್ರ, ವಾಶಿಷ್ಠ, ಗೌತಮ, ಭಾರದ್ವಾಜ, ಆಂಗೀರಸ, ಜಮದಗ್ನಿ ಋಷಿಗಳು ವಂಶ ಮೂಲವಾಗಿದ್ದಾರೆ. ಸಗೋತ್ರ ವಿವಾಹವು ಹವ್ಯಕರಿಗೆ ನಿಷಿದ್ಧವಾಗಿದೆ.

ಬ್ರಾಹ್ಮಣ ಸಮಾಜದ ಮುಖಂಡನಾದ ಭಟ್ಟಾಚಾರ್ಯನ ಸಲಹೆಯಂತೆ ಲೋಕಾದಿತ್ಯ ಮಹಾರಾಜನು ಹವ್ಯಕರಿಗೆ ಅವರವರ ವೃತ್ತಿಗಳಿಗನುಗುಣವಾಗಿ ಶಾಸನಬದ್ಧಗೊಳಿಸಿದ ಸಾಮಾಜಿಕ ವ್ಯವಸ್ಥೆ ಇತ್ತು. ಸಭಾಹಿತ, ಮಧ್ಯಸ್ಥ, ಯಾಜಿ, ಅವಭೃಥ, ಭಟ್ಟ, ತಾಂತ್ರಿಕ, ಪ್ರಭು (ಹೆಗಡೆ) ಹೀಗೆ ವೃತ್ತಿಗನುಗುಣವಾದ ಏಳು ಉಪನಾಮಗಳನ್ನು ಹೊಂದಿ ತಮ್ಮ ಕೆಲಸ ಕಾರ್ಯವನ್ನು ನಿರ್ವಹಿಸುವ ಪರಂಪರೆ ಬೆಳೆದಿತ್ತು. (ಈ ಉಪನಾಮಗಳು ಪರಂಪರಾಗತವಾಗಿ ಇಂದಿಗೂ ಹವ್ಯಕರ ಹೆಸರಿನಲ್ಲಿ ತಳಕು ಹಾಕಿಕೊಂಡಿವೆ.)

ಶಂಕರಾಚಾರ್ಯರು ಗೋಕರ್ಣದಲ್ಲಿ ಮಠ ಸ್ಥಾಪಿಸುವವರೆಗೂ ಈ ಸಾಮಾಜಿಕ ವ್ಯವಸ್ಥೆಯೇ ಹವ್ಯಕರಲ್ಲಿ ಶಾಸನಬದ್ಧವಾಗಿತ್ತು. ನಂತರ ಹವ್ಯಕ ಸಮುದಾಯಕ್ಕೆ ಮಠವೇ ಪ್ರಧಾನವಾಯಿತು. ಆಚಾರ, ವಿಚಾರ, ಧಾರ್ಮಿಕ ಕಟ್ಟುಕಟ್ಟಳೆ, ಆಹಾರ, ಉಪಚಾರ, ಮೊದಲಾದವುಗಳಿಗೆ ಮಠದ ಅಣತಿಯೇ ಶಾಸನವಾಯಿತು. ಮಠಾಧಿಪತಿಗಳು, ಪಾರುಪತ್ಯೇಗಾರ, ಆಚಾರ ಭಟ್ಟರು, ಸೀಮೆ ಹೆಗಡೆ, ಗುರಿಕಾರರು ಸಮಾಜದ ನಿರ್ದೇಶಕರಾದರು. ಪ್ರತಿ ಕುಟುಂಬದವರೂ ವಾರ್ಷಿಕವಾಗಿ ಮಠಕ್ಕೆ ದೀಪ ಕಾಣಿಕೆಯನ್ನು ನೀಡುತ್ತಿದ್ದರು. ಶಾಸ್ತ್ರಾಧ್ಯಯನ, ಅಧ್ಯಾಪನ, ಯಜ್ಞ-ಯಾಗಾದಿಗಳನ್ನು ಮಾಡುವುದು, ಜ್ಯೋತಿಷ್ಯ, ಶಾಸ್ತ್ರಾರ್ಥ ಚಿಂತನೆಯೇ ಹವ್ಯಕರ ವೃತ್ತಿಯಾಗಿತ್ತು. ಕದಂಬರ ಕಾಲದಲ್ಲಿ ತಾಳಗುಂದ (ಸ್ಥಾನ ಕುಂದೂರು) ಕುಪ್ಪೆತ್ತೂರು

(ಕುಪ್ಪೆ) ಬ್ರಾಹ್ಮಣರ ವಿದ್ಯಾಕೇಂದ್ರಗಳಾಗಿದ್ದವು. ಷಟ್ಕರ್ಮವನ್ನೇ ತಮ್ಮ ಜೀವನದ ಮುಖ್ಯ ವೃತ್ತಿಯನ್ನಾಗಿಸಿಕೊಂಡು ಪರಾವಲಂಬಿಯಾಗಿದ್ದ ಹವ್ಯಕರು ರಾಜಾಶ್ರಯ ತಪ್ಪಿದ ಮೇಲೆ ಬೌಧಾಯನ ಗೃಹ್ಯ ಸೂತ್ರವನ್ನು ಮಾರ್ಗವಾಗಿಟ್ಟುಕೊಂಡು ಕೃಷಿ ಹಾಗೂ ವೈದಿಕ ವೃತ್ತಿ ಎರಡನ್ನೂ ಅವಲಂಬಿಸಿದರು. ಜೀವನನಿರ್ವಹಣೆಗೆ ಪೂರ್ಣಪ್ರಮಾಣದ ಕೃಷಿಕರಾದರು. ತಾವು ನೆಲೆ ನಿಂತ ಸ್ಥಳದಲ್ಲಿ ಜೀವನ ರೂಪಿಸಿಕೊಳ್ಳತೊಡಗಿದರು.

ಅನಾದಿ ಕಾಲದಿಂದಲೂ ಶುಭಾಶುಭ ಕಾರ್ಯಗಳಲ್ಲಿ ಎಲ್ಲರೂ ಬಳಸುವ ಅಡಿಕೆ ಇವರ ಕೃಷಿ ಮೂಲವಾಯಿತು. ಜನಸಂಖ್ಯೆಯೂ ಹೆಚ್ಚಿದಂತೆ ಜೀವನಾಧಾರವಾಗಿ ಅಡಿಕೆ, ತೆಂಗು, ಬಾಳೆ, ಏಲಕ್ಕಿ, ಕಾಳುಮೆಣಸು, ವ್ಯವಸಾಯವನ್ನು ರೂಢಿಸಿಕೊಂಡರು. ವ್ಯವಸಾಯ ಮಾಡುತ್ತಿದ್ದರಾದರೂ ಹೊಲದಲ್ಲಿ ಉಳುಮೆ ಮಾಡುತ್ತಿರಲಿಲ್ಲ. ನೇಗಿಲು ಹಿಡಿದು ಎತ್ತನ್ನು ಕಟ್ಟಿ ಉಳುವುದು ವೈದಿಕ ಸಂಪ್ರದಾಯಕ್ಕೆ ನಿಷಿದ್ಧವಾದ ಕಾರಣ ಅಡಿಕೆ ಬೇಸಾಯವನ್ನೇ ಮುಖ್ಯವಾಗಿರಿಸಿಕೊಂಡರು. ಮಾವು, ಕಿತ್ತಳೆಗಳಂತೆ ತಿಂದು ಉಗುಳಿದ ಬೀಜಗಳಿಂದ (ಉಚ್ಚಿಷ್ಠ) ಹುಟ್ಟುವ ಮರಗಳಲ್ಲವೆಂದು ಮನಗಂಡ ಹವ್ಯಕರು ಅಡಿಕೆ, ತೆಂಗು, ಬಾಳೆಯ ಬೇಸಾಯವನ್ನು ಪ್ರಾರಂಭಿಸಿದರೆಂಬ ಅಭಿಪ್ರಾಯವಿದೆ. ಅಡಿಕೆ ಪ್ರಾಚೀನ ಕಾಲದ ಬೆಳೆಯಾಗಿದ್ದರೂ ಅಡಿಕೆತೋಟ ವ್ಯವಸ್ಥಿತ ರೂಪು ಪಡೆದಿದ್ದು ಹವ್ಯಕರಿಂದ ಎನ್ನಲಾಗಿದೆ. ಅಡಿಕೆಯೇ ಹವ್ಯಕರ ಜೀವನದ ಮುಖ್ಯ ವೃತ್ತಿ ಎಂದು ಮೈಸೂರು ಗೆಜೆಟಿಯರ್‌ನಲ್ಲಿ ಹೇಳಲಾಗಿದೆ.

ರಾಷ್ಟ್ರಕೂಟರ ಹಾಗೂ ಕಲ್ಯಾಣದ ಚಾಲುಕ್ಯರ ಕಾಲದಲ್ಲಿ ಕರ್ನಾಟಕದಲ್ಲಿದ್ದ ಉಳಿದ ಬ್ರಾಹ್ಮಣರು ರಾಜತಂತ್ರಾದಿಗಳಲ್ಲಿ ಪಾರಂಗತರಾಗಿ ಮಂತ್ರಿಗಳೂ, ದಂಡನಾಯಕರೂ ಆಗಿದ್ದರು. ಆದರೆ ಹವ್ಯಕರು ಮಾತ್ರ ರಾಜಸೇವೆಗೆ ಹೋಗಲಿಲ್ಲ.

ಪೂರ್ಣಪ್ರಮಾಣದ ಕೃಷಿಕರಾದ ಮೇಲೆ ಷಟ್ಕರ್ಮಗಳನ್ನು ಸ್ವಯಂ ಆಚರಿಸುವುದನ್ನು ಬಿಟ್ಟು ಕರ್ಮಾಚರಣೆಗೆ ವೇದಾಧ್ಯಯನ ಮಾಡಿದ ಪುರೋಹಿತರನ್ನು ಅವಲಂಬಿಸತೊಡಗಿದರು.

ಗರ್ಭಾದಾನದಿಂದ ವಿವಾಹದವರೆಗಿನ ಪೂರ್ವಷೋಡಶ ಸಂಸ್ಕಾರಗಳು, ದಹನದಿಂದ ಸಪಿಂಡೀಕರಣದವರೆಗೆ ಅಪರಷೋಡಶ ಸಂಸ್ಕಾರಗಳು ಹವ್ಯಕರಲ್ಲಿ ಪರಂಪರಾಗತವಾಗಿ ಬಂದಿದೆ. ವಾರ್ಷಿಕ ಪಿತೃ ಶ್ರಾದ್ಧ ಶ್ರದ್ಧೆಯಿಂದ ಆಚರಿಸುವ ಕರ್ಮಾಂಗವಾಗಿದೆ. ಜನ್ಮಜನ್ಮಾಂತರದಲ್ಲಿ ನಂಬಿಕೆ ಇರುವ ಹವ್ಯಕರು ಶ್ರಾದ್ಧದಲ್ಲಿ ಮೂರು ತಲೆಮಾರುಗಳಿಗೂ ತರ್ಪಣ ನೀಡುತ್ತಾರೆ.

ಆನುವಂಶಿಕವಾಗಿ ಪೌರೋಹಿತ್ಯವನ್ನು ಅವಲಂಬಿಸಿದವರಿಗೆ ಗೃಹಸ್ಥ ಕುಟುಂಬಗಳ ಶಿಷ್ಯವರ್ಗವಿತ್ತು. ತಮ್ಮ ಶಿಷ್ಯ ಕುಟುಂಬದ (ವಾಡಿಕೆಯಲ್ಲಿ ಶಿಶು

ವರ್ಗ) ಪೂರ್ವಷೋಡಶ, ಅಪರಷೋಡಶ, ವ್ರತ ಕಥೆ ಮೊದಲಾದ ಕರ್ಮಾಂಗ ಮಾಡಿಸುವುದು ವೈದಿಕರ ಕರ್ತವ್ಯವಾಗಿತ್ತು.

ಗೋಕರ್ಣದಲ್ಲಿ ಕ್ಷೇತ್ರ ಪುರೋಹಿತರಿದ್ದರು. ಘಟ್ಟದ ಮೇಲಿನ ಗೃಹಸ್ಥರು ಅವರಿಗೆ ವಾರ್ಷಿಕವಾಗಿ ಸರ್ತೇ ಕೊಡುತ್ತಿದ್ದರು. ಪ್ರತಿ ಪುರೋಹಿತರಿಗೂ ಅವರವರ ಶಿಷ್ಯ ವರ್ಗದವರು ಪೂರ್ವನಿಯೋಜಿತವಾಗಿತ್ತು. ಕ್ಷೇತ್ರ ಪುರೋಹಿತರು ತಮ್ಮ ಶಿಷ್ಯ ವರ್ಗದ ಮನೆಯವರನ್ನು ಹೊರತುಪಡಿಸಿ ಬೇರೆಯವರ ಮನೆಗೆ ಹೋಗುತ್ತಿರಲಿಲ್ಲ. ತಮ್ಮ ಶಿಷ್ಯ ವರ್ಗದವರು ಬಂದಾಗ ಅವರನ್ನು ಮಹಾಬಲೇಶ್ವರ ಸನ್ನಿಧಾನಕ್ಕೆ ಕರೆದೊಯ್ದು ಪೂಜೆ ಮಾಡಿಸುತ್ತಿದ್ದರು. ಕೋಟಿ ತೀರ್ಥದಲ್ಲಿ ಸಮುದ್ರ ಸ್ನಾನ, ಪಿತೃ ಶ್ರಾದ್ಧ, ಕ್ಷೇತ್ರ ದರ್ಶನ ಮಾಡಿಸುತ್ತಿದ್ದರು. ಪ್ರತಿಯೊಂದು ಕುಟುಂಬದವರೂ ಜೀವನದಲ್ಲಿ ಒಮ್ಮೆಯಾದರೂ ಗೋಕರ್ಣ ಕ್ಷೇತ್ರ ದರ್ಶನ ಮಾಡುವ ಹಂಬಲ ಹೊಂದಿರುತ್ತಿದ್ದರು.

ಕುಟುಂಬದಲ್ಲಿ ಹಿರಿಯರು ತೀರಿಕೊಂಡಾಗ ಅವರ ಅಸ್ತಿಯನ್ನು ಗೋಕರ್ಣದ ತಾಮ್ರಪರ್ಣಿಯಲ್ಲಿ ವಿಸರ್ಜಿಸುವುದು ಧಾರ್ಮಿಕ ಪದ್ಧತಿಯಾಗಿತ್ತು. ಮೃತರ ಅಪರ ಕರ್ಮವನ್ನು ಗೋಕರ್ಣದಲ್ಲಿ ಮಾಡಿಸುವುದು ರೂಢಿಯಲ್ಲಿ ಇತ್ತು.

ಹವ್ಯಕರಲ್ಲಿ ಹಿಂದೆ ಸತಿ ಪದ್ಧತಿ ಇತ್ತು ಎನ್ನಲಾಗಿದ್ದರೂ ಪೂರಕ ದಾಖಲೆಗಳು ಲಭ್ಯವಾಗಿಲ್ಲ. ಆದರೆ ಹವ್ಯಕರ ಅಗ್ರಹಾರಗಳ ಸಮೀಪ ಕಂಡು ಬರುವ ಮಹಾಸತಿ ಕಲ್ಲುಗಳು, ಸ್ಮಶಾನಗಳಲ್ಲಿರುವ ಕಲ್ಲಿನ ಕಟ್ಟೆಗಳು ಸತಿಯ ಕುರುಹು ಎನ್ನಲಾಗಿದೆ.

ಹವ್ಯಕರಲ್ಲಿ ಗೋವುಗಳಿಗೆ ಅತ್ಯಂತ ಮಹತ್ವದ ಸ್ಥಾನ ಇದೆ. ವೈದಿಕ ಕರ್ಮಾಂಗಗಳಲ್ಲಿ ಗೋಗ್ರಾಸ, ಗೋದಾನದಿಂದ ಶ್ರೇಯಸ್ಸು ಲಭಿಸುತ್ತದೆ ಎಂಬ ನಂಬಿಕೆಯ ಆಚರಣೆ ಇದೆ. ಪ್ರತಿ ಕುಟುಂಬವೂ ಕೃಷಿ ಮತ್ತು ಹಾಲಿಗಾಗಿ ದನಗಳನ್ನು ಸಾಕುವ ಪ್ರವೃತ್ತಿ ಹೊಂದಿವೆ. ಹಾಲು, ಮೊಸರು, ತುಪ್ಪ ನಿತ್ಯದ ಆಹಾರವಾಗಿವೆ. ದೇವರಿಗೆ ಅಭಿಷೇಕ ಮಾಡುವ ಪಂಚಾಮೃತದಲ್ಲಿ 3 ಗವ್ಯಗಳಿವೆ. ದೇಹ ಶುದ್ಧಿಗಾಗಿ, ಸೂತಕ ಕಳೆದುಕೊಳ್ಳಲು ಬಳಸುವ ಪಂಚಗವ್ಯದಲ್ಲಿ ಹಾಲು, ಮೊಸರು, ತುಪ್ಪ, ಗೋಮಯ, ಗೋಮೂತ್ರ ಬಳಸುತ್ತಾರೆ. ಗೋಮಯದಿಂದ ಮನೆ ಸಾರಿಸುವ ಪದ್ಧತಿ ಇದೆ.

ಹವ್ಯಕರ ಸಂಸ್ಕಾರ, ಸಂಪ್ರದಾಯ ಆಹಾರ, ಉಡುಗೆ, ತೊಡುಗೆ, ಭಾಷೆ ಇತರರಿಗಿಂತ ಭಿನ್ನವಾಗಿದೆ.

ಮೊಣಕಾಲು ಮುಚ್ಚದ ಕುರುಗೋಡು ಪಂಚೆ, ಸೊಂಟಕ್ಕೊಂದು ನೀರು ಪಂಚೆ, ಗೋಪಾದದಷ್ಟು ಅಗಲದ ಜುಟ್ಟು, ಹೊರ ತಿರುಗಾಟಕ್ಕೆ ಮೈಮೇಲೆ ಕಸೆ ಅಂಗಿ, ತಲೆಗೊಂದು ಮುಂಡಾಸು, ಕಿವಿಗೆ ಹರಳಿನ ಒಂಟಿ ಹವ್ಯಕ ಗಂಡಸರ

ಉಡುಗೆಯಾಗಿದೆ. ಹವ್ಯಕ ಹೆಂಗಸರು ಪಾದ ಮುಚ್ಚದಂತೆ 16 ಮೊಳದ ಸೀರೆ ಉಡುತ್ತಾರೆ. ಮೊಣಕೈ ಮುಚ್ಚುವ ರವಿಕೆ (ಕುಪ್ಪಸ) ತೊಡುತ್ತಾರೆ. ಕೊರಳಿಗೆ ಗುಳ್ಳೆ ತಾಳಿ ಇರುವ ಕರಿಮಣಿ ಸರ, ಕೊರಳದಾರ, ಮೂಗಿಗೆ ಬೇಸ್ರಿ, ಮದುವೆಯಾದವರು ಮೂಗುತಿ, ಕಿವಿಗೆ ಓಲೆ, ಕೋವಿ ಕುಸರಿ, ಬುಗುಡಿ, ಕಾಲುಂಗುರ, ಹಣೆಗೆ ಕಾಸಿನಗಲದ ಕುಂಕುಮ ಹವ್ಯಕ ಮಹಿಳೆಯರ ತೊಡುಗೆಯಾಗಿದೆ. ಕಾರ್ಯಕಟ್ಟೆಯಲ್ಲಿ ಜರಿ ಸೀರೆ, ಕುಪ್ಪಸ ತೊಟ್ಟು, ಕೊರಳ ತುಂಬಾ ಆಭರಣ, ತೋಳಿಗೆ ತೋಳ್ಬಂದಿ ಸೊಂಟಕ್ಕೆ ಬೆಳ್ಳಿ ಅಥವಾ ಬಂಗಾರದ ಪಟ್ಟಿ ಧರಿಸುತ್ತಾರೆ. ಗಂಡಸರು ಕಚ್ಚೆಪಂಚೆ, ಉದ್ದ ತೋಳಿನ ಅಂಗಿ ತೊಟ್ಟು ಜರಿ ಪೇಟ ಸುತ್ತಿಕೊಳ್ಳುತ್ತಾರೆ.

ಸಾತ್ವಿಕ ಆಹಾರ ಹವ್ಯಕರದಾಗಿದ್ದು, ತರಕಾರಿ, ಸೊಪ್ಪುಸೆದೆ ಬಳಸಿ ರುಚಿಕರವಾದ ಮೇಲೋಗರವನ್ನು ಮಾಡುತ್ತಿದ್ದರು. ಹಾಲು, ಮೊಸರು, ಮಜ್ಜಿಗೆ, ತುಪ್ಪ, ಜೇನುತುಪ್ಪ ನಿತ್ಯಾಹಾರವಾಗಿ ಬಳಸುತ್ತಾರೆ. ಹಾಲಿಗಾಗಿ ಹಾಗೂ ತೋಟದ ಗೊಬ್ಬರಕ್ಕಾಗಿ ದನಕರುಗಳನ್ನು ಪಾಲನೆ ಮಾಡುತ್ತಾರೆ.

ಬ್ರಾಹ್ಮಣಾಚರಣೆ ಹವ್ಯಕರ ಕರ್ತವ್ಯವಾಗಿದೆ. ಮಡಿಮೈಲಿಗೆಯನ್ನು ಕಟ್ಟುನಿಟ್ಟಾಗಿ ಪಾಲಿಸುತ್ತಾರೆ. ಪ್ರತಿಯೊಂದು ಕ್ರಿಯೆಗಳನ್ನೂ ಧರ್ಮ ಸೂಕ್ಷ್ಮಗಳಲ್ಲಿ ತೂಗಿ ನೋಡುವ ರೂಢಿ ಅವರಲ್ಲಿ ಇದೆ. ತಪ್ಪುಗಳಿಗೆ ಬಹಿಷ್ಕಾರ, ಪ್ರಾಯಶ್ಚಿತ್ತ, ತಪ್ಪು ದಂಡಗಳಿವೆ.

ಸ್ನಾನ, ಸಂಧ್ಯಾವಂದನೆ, ಪಂಚಾಯತನ ಪೂಜೆ, ಅಗ್ನಿಕಾರ್ಯ, ವೈಶ್ವದೇವವು ಪ್ರತಿಯೊಬ್ಬನ ನಿತ್ಯಕರ್ಮವಾಗಿತ್ತು. ಮಡಿಮೈಲಿಗೆ ಶೌಚ, ಅಶೌಚಗಳಿಗೆ ಆದ್ಯತೆ ನೀಡುತ್ತಿದ್ದರು. ಜನನ, ಮತ್ತು ಮರಣ ಘಟಿಸಿದರೆ ಸೂತಕ ಆಚರಿಸುತ್ತಿದ್ದರು. ಸೂತಕದಲ್ಲಿ ವಾಸ್ತುಬಾಗಿಲು ದಾಟುತ್ತಿರಲಿಲ್ಲ. ಯಾರನ್ನೂ ಮುಟ್ಟುತ್ತಿರಲಿಲ್ಲ. ನಿತ್ಯ ಮಲಗುವ ಹಾಸಿಗೆಯಲ್ಲಿ ಮಲಗುತ್ತಿರಲಿಲ್ಲ. ಸೂತಕ ಮುಗಿದ ದಿನ ಪಂಚಗವ್ಯ ಪ್ರಾಶನ ಮಾಡಿಸಿಕೊಂಡು, ಹೊಸ ಜನಿವಾರ ಹಾಕಿಕೊಳ್ಳುತ್ತಿದ್ದರು. ಹೆಂಡತಿ ಬಸಿರಾದಾಗ ಗಂಡ ಕ್ಷೌರ ಮಾಡಿಸಿಕೊಳ್ಳುತ್ತಿರಲಿಲ್ಲ. ಹಾಲುಮರ ಕಡಿಯುತ್ತಿರಲಿಲ್ಲ.

ಹವ್ಯಕರ ಗಂಡಸರು ನಿಂತು ಮೂತ್ರ ವಿಸರ್ಜನೆ ಮಾಡುತ್ತಿರಲಿಲ್ಲ. ಬಹಿರ್ದೆಸೆಯ ಕಾಲದಲ್ಲಿ ಜನಿವಾರವನ್ನು ಬಲ ಕಿವಿಗೆ ಸಿಕ್ಕಿಸಿಕೊಳ್ಳುತ್ತಿದ್ದರು. ಹೆಂಗಸರು ಮುಟ್ಟಾದ ಅವಧಿಯಲ್ಲಿ ಮನೆಯ ಒಳಗೆ ಬರುತ್ತಿರಲಿಲ್ಲ. ಪ್ರತ್ಯೇಕವಾದ ಚಾಪೆ, ಹೊದಿಕೆಯನ್ನು ಸುತ್ತಿಟ್ಟುಕೊಂಡು, ಮನೆಯ ಕಡಿಮಾಡಿನಲ್ಲಿ ಇರುತ್ತಿದ್ದರು. ಅವರ ಹಾಸಿಗೆಯ ಪಕ್ಕದಲ್ಲಿ ಸಗಣಿ ಮೆತ್ತಿದ ಚೊಂಬು ಇರುತ್ತಿತ್ತು. ಮನೆಯ ಸ್ತ್ರೀಯರು ಅವರು ತಂದಿಟ್ಟುಕೊಂಡ ಬಾಳೆಎಲೆಗೆ ಊಟ ಬಡಿಸುತ್ತಿದ್ದರು. ಅವರು ಉಂಡು ಬಾಳೆಎಲೆ ಹೊರಗೆ ಎಸೆದು, ಉಂಡ ನೆಲವನ್ನು ಸಗಣಿಯಿಂದ ಸಾರಿಸುತ್ತಿದ್ದರು. ಗಂಡಸರು

ಅವರ ನೆರಳು ಸೋಕದಂತಿರುತ್ತಿದ್ದರು. ಅವರ ಸ್ಪರ್ಶವಾದರೆ ಅಥವಾ ಅವರ ಬಟ್ಟೆ ಮುಟ್ಟಿದರೆ ಸ್ನಾನ ಮಾಡಿ ಜನಿವಾರ ಬದಲಿಸಿಕೊಳ್ಳುತ್ತಿದ್ದರು.

ಅತಿಥಿ ಸತ್ಕಾರ ಹವ್ಯಕರ ಮನೆವಾರ್ತೆಯಾಗಿತ್ತು. ಹಗಲು ಹೊತ್ತಿನಲ್ಲಿ ಮನೆಯ ಮುಂಬಾಗಿಲನ್ನು ಮುಚ್ಚುತ್ತಿರಲಿಲ್ಲ. ಯಡಹೊತ್ತಿನಲ್ಲಿ ಯಾರೇ ಬಂದರೂ ಆಸರಿಗೆ ಕೊಡದೆ ಕಳಿಸುತ್ತಿರಲಿಲ್ಲ. ಮಧ್ಯಾಹ್ನ ಕಾಲದಲ್ಲಿ ಬಂದ ಅತಿಥಿ ಊಟ ಪೂರೈಸಿಯೇ ತೆರಳಬೇಕಿತ್ತು. ಮನೆಯ ಯಜಮಾನ ತಾನು ಊಟಕ್ಕೆ ಕೂರುವ ಮೊದಲು ಅಂಗಳದಲ್ಲಿ ನಿಂತು ದೂರದವರೆಗೆ ಕಣ್ಣಾಯಿಸಿ ಯಾರಾದರೂ ಅತಿಥಿಗಳು ಬರುತ್ತಿದ್ದಾರೆಯೇ ಎಂದು ಅವಲೋಕಿಸಿ, ದೃಢಪಡಿಸಿಕೊಂಡೇ ಊಟಕ್ಕೆ ಕೂರುತ್ತಿದ್ದ.

ಪ್ರತಿಯೊಂದು ಕಾರ್ಯಕ್ಕೂ ಮುಹೂರ್ತ ನೋಡುವುದು ಹವ್ಯಕರ ರೂಢಿಯಾಗಿತ್ತು. ತಾರಾನುಕೂಲ ನೋಡದೆ ಯಾವ ಹೊಸ ಕಾರ್ಯಕ್ಕೂ ಮುಂದಾಗುತ್ತಿರಲಿಲ್ಲ. ರಾಹು, ಗುಳಿಕಕಾಲದಲ್ಲಿ ಪ್ರಯಾಣ ಕೈಗೊಳ್ಳುತ್ತಿರಲಿಲ್ಲ. ಕಾಯಿಲೆ ಕಸಾಲೆಗಳಿಗೆ ಮನೆಮದ್ದು, ಸೊಪ್ಪು, ನಾರು, ಬೇರಿನ ಕಷಾಯ ಸಾಮಾನ್ಯವಾಗಿತ್ತು. ಮಕ್ಕಳ ಆರೋಗ್ಯ ರಕ್ಷಣೆಗೆ ನಿಂಬೆರಸ, ಜೇನುತುಪ್ಪದಲ್ಲಿ ಬಜೆ, ಹಿಪ್ಪಲಿ, ಬೇರು ನಾರುಗಳನ್ನು ತೇಯ್ದು ನೆಕ್ಕಿಸುತ್ತಿದ್ದರು. ತಿಂಗಳಿಗೊಮ್ಮೆಯಾದರೂ ನಂಜಿಗೆ ಕುಡಿಯುವುದು, ಉತ್ತರಣೆಯ ಕಟ್ಟ ಕುಡಿಯುವುದು ಆರೋಗ್ಯ ರಕ್ಷಣೆಯ ಕ್ರಮವಾಗಿತ್ತು. ವಯಸ್ಸಾದವರು ಏಕಾದಶಿಯಂದು ಉಪವಾಸ ಮಾಡುತ್ತಿದ್ದರು. ಹಬ್ಬಗಳನ್ನು ಶ್ರದ್ಧೆಯಿಂದ ಆಚರಿಸುತ್ತಿದ್ದರು. ಪ್ರತಿ ಹಬ್ಬಕ್ಕೂ ಪ್ರತ್ಯೇಕ ಕಜ್ಜಾಯ ಮಾಡುತ್ತಿದ್ದರು. (ಕೊಡೆಮಾಸೆಗೆ ಕೋಡುಬಳೆ, ನೂಲುಹುಣ್ಣಿಮೆಗೆ ಅಕ್ಕಿ ಶ್ಯಾವಿಗೆ, ಸಂಕ್ರಾಂತಿಗೆ ಹಲಸಿನ ಬೀಜದ ಸಿಹಿ, ಚೌತಿಗೆ ಚಕ್ಕುಲಿ ಪಂಚಕಜ್ಜಾಯ, ದೀಪಾವಳಿಗೆ ಹೋಳಿಗೆ ಇತ್ಯಾದಿ) ಶ್ರಾವಣ ಮಾಸದ ನೂಲುಹುಣ್ಣಿಮೆ ಗಂಡಸರ ಹಬ್ಬವಾದರೆ, ಸಂಕ್ರಾಂತಿ ಹೆಂಗಸರ ಹಬ್ಬವಾಗಿತ್ತು. ಅಂದು ಹೆಂಗಸರು ಹೊಸಿಲು ಪೂಜೆ ಮಾಡುತ್ತಿದ್ದರು.

ದೀಪಾವಳಿಯನ್ನು ದೊಡ್ಡಬ್ಬ ಎಂದು ಕರೆಯುತ್ತಿದ್ದರು. ಬೂರೆ ಹಬ್ಬದಂದು ಬೂರ್‌ನೀರು ತುಂಬುವುದು, ಎಣ್ಣೆ ಹಚ್ಚಿಕೊಂಡು ಅಭ್ಯಂಜನ ಮಾಡುವ ಶಾಸ್ತ್ರ ಇತ್ತು. ಅಂದು ಬಲೀಂದ್ರನನ್ನು ತಂದು ಸ್ಥಾಪಿಸಿ, ಬಲಿಪಾಡ್ಯದ ರಾತ್ರಿ ವಿಸರ್ಜಿಸುತ್ತಿದ್ದರು. ಬಲಿಪಾಡ್ಯದಂದು ಗೋಪೂಜೆ ಮಾಡುತ್ತಿದ್ದರು. ಗ್ರಾಮ ದೇವರಿಗೊಂದೇ ಅಲ್ಲದೆ ಸುತ್ತಮುತ್ತಲಿನ ಭೂತ, ಚೌಡಿ, ಹುಲಿ ದೇವರು, ಜಟಕ, ಯಕ್ಷಿ ಮುಂತಾದವುಗಳಿಗೂ ಹಣ್ಣುಕಾಯಿ ನೀಡುತ್ತಿದ್ದರು.

ಹವ್ಯಕ ಕನ್ಯೆಯರು, ಮನೆವಾರ್ತೆ, ರಂಗೋಲಿ ಹಾಕುವುದು ಮತ್ತು ಸಂಪ್ರದಾಯದ ಹಾಡುಗಳನ್ನು (ಹಾಡು ಶೇಡಿಗಳನ್ನು) ಕಲಿಯುವುದಕ್ಕೆ ಸೀಮಿತ ವಾಗಿದ್ದರು. ಹೆಚ್ಚಿನ ಹೆಣ್ಣುಮಕ್ಕಳಿಗೆ ಅಕ್ಷರಾಭ್ಯಾಸ ಇರಲಿಲ್ಲ.

ಚೌಲ, ಉಪನಯನ, ವಿವಾಹದ ವಿಚಾರದಲ್ಲಿಯೂ ಹವ್ಯಕರದ್ದು ಭಿನ್ನವಾದ ಪದ್ಧತಿಯಾಗಿತ್ತು. ಪ್ರತಿಯೊಂದು ಕಾರ್ಯಕ್ಕೂ ಧಾರ್ಮಿಕ ವಿಧಿವಿಧಾನವನ್ನು ಅನುಸರಿಸುತ್ತಿದ್ದರು.

ಹೆಣ್ಣು ಶಿಶುವಿಗೆ ಜನಿಸಿದ 11ನೇ ದಿನ ಅಶೌಚ ನಿವಾರಣೆಗೆ ಪುಣ್ಯಾವರ್ತನೆ ಹಾಗೂ ನಾಮಕರಣ ನೆರವೇರಿಸುತ್ತಿದ್ದರು. ಗಂಡು ಮಗುವಿಗೆ 3ನೇ ವರ್ಷದಲ್ಲಿ ಚೌಲ, ನಾಮಕರಣ ಹಾಗೂ 5ನೇ ವರ್ಷದಲ್ಲಿ ಉಪನಯನ (ಬ್ರಹ್ಮೋಪದೇಶ) ಸಂಸ್ಕಾರ ನಡೆಸುತ್ತಿದ್ದರು. ಚೌಲ, ಉಪನಯನ ಮತ್ತು ವಿವಾಹ ಮುಂತಾದ ಎಲ್ಲ ಸಂದರ್ಭಗಳಲ್ಲಿ ನಾಂದಿಯಿಂದ ಆರಂಭಗೊಂಡು ಮಂತ್ರಾಕ್ಷತೆ, ಪುರೋಹಿತರ ಆಶೀರ್ವಚನದೊಂದಿಗೆ ಮುಕ್ತಾಯಗೊಳ್ಳುತ್ತದೆ.

ಉಪನಯನ ನಾಲ್ಕು ದಿನದ ಕಾರ್ಯಕ್ರಮವಾದರೆ, ವಿವಾಹ ಆರು ದಿನಗಳ ಕಾರ್ಯವಾಗಿದೆ. ಹವ್ಯಕರಲ್ಲಿ ಉಪನಯನ ಮಹತ್ವದ ಸಂಸ್ಕಾರವಾಗಿದ್ದು, ತಂದೆ ಮಗನಿಗೆ ಜನಿವಾರ ಧಾರಣೆ, ಗಾಯತ್ರಿ ಮಂತ್ರೋಪದೇಶ ಮಾಡುತ್ತಾನೆ. ಅಂದಿನಿಂದ ವಟುವು ಬ್ರಹ್ಮಚಾರಿಯಾಗಿ, ವೇದಾಧ್ಯಯನಕ್ಕೆ ಅರ್ಹನಾಗುತ್ತಾನೆ.

ಹವ್ಯಕರಲ್ಲಿ ವರನನ್ನು ವಿಷ್ಣು ಸ್ವರೂಪನೆಂದು ಭಾವಿಸಲಾಗುತ್ತದೆ. ಮದುವೆ ಕನ್ಯಾದಾನವೆಂದು ಪರಿಗಣಿತವಾಗಿದ್ದು, ವಧುವಿನ ತಂದೆ-ತಾಯಿ ವರನ ಪಾದ ತೊಳೆದು ತಾಳಿ ಸೌಟು, ಹರಿವಾಣ, ಶಲ್ಯ, ಪಂಚೆ, ಪೇಟ ನೀಡುತ್ತಾರೆ. ವಧುವಿನ ತಾಯಿ ಹಾಲು-ಜೇನು ಮಿಶ್ರಣದ ಮಧುಪರ್ಕವನ್ನು ವರನಿಗೆ ಬೆಳ್ಳಿ ಲೋಟದಲ್ಲಿ ಕುಡಿಸುತ್ತಾಳೆ. ಶಾಸ್ತ್ರೋಕ್ತವಾಗಿ ವರನಿಗೆ ಒಂದು ವರಹ (ಇಂದಿನ ನಾಲ್ಕು ರೂ.) ದಕ್ಷಿಣೆ ನೀಡಿ, ಕನ್ಯೆಯನ್ನು ಧಾರಾಪೂರ್ವಕವಾಗಿ ದಾನ ಮಾಡುತ್ತಿದ್ದರು.

ಹವ್ಯಕರಲ್ಲಿ ಪ್ರೌಢವಿವಾಹ ಶಾಸ್ತ್ರ ಸಮ್ಮತವಾಗಿತ್ತು. 'ಪ್ರಾಪ್ತೇ ಷೋಡಷೇ ವರ್ಷೆ ಪುತ್ರವತ್ ಪಾಲಿತಾ ಮಯಾ' ಎಂಬ ಮಂತ್ರವಾಕ್ಯವು ಇದನ್ನು ಪುಷ್ಟೀಕರಿಸುತ್ತದೆ. ಕನ್ಯಾದಾನ, ಸಪ್ತಪದಿ, ವಿವಾಹ ಹೋಮ, ಗರ್ಭಾದಾನ ಮೊದಲಾದ ವಿಧಿಗಳ ಮಂತ್ರಗಳು ಸ್ಮೃತಿ ವಾಕ್ಯಗಳು ಪ್ರೌಢವಿವಾಹಕ್ಕೆ ಪೂರಕವಾಗಿವೆ. ಪೂರ್ವೋಕ್ತವಾದ ಸ್ಮೃತಿ ಅನುಸಾರವಾಗಿ ಕನ್ಯೆಯ ವಿವಾಹವನ್ನು ನಡೆಸಿದರೆ ತನ್ನ ಪೂರ್ವಿಕರ ಹಿಂದಿನ ಹತ್ತು ತಲೆಗಳವರೂ ತನ್ನ ನಂತರ ಹುಟ್ಟುವ ಹತ್ತು ತಲೆಗಳವರೆಗೂ, ತಾನೂ ಸಹ ಅಗ್ನಿಷ್ಟೋಮಾದಿ ಯಾಗಗಳ ಫಲವನ್ನೂ, ಬ್ರಹ್ಮಲೋಕ ಪ್ರಾಪ್ತಿಯನ್ನು

ಪಡೆಯುತ್ತಾರೆ. ವಧೂವರರು ಉತ್ತಮ ಸಂತಾನ, ಸಮಸ್ತ ಸೌಭಾಗ್ಯ ಪಡೆಯುತ್ತಾರೆ ಎಂಬುದು ವಿವಾಹದ ಮಂತ್ರಾರ್ಥವಾಗಿದೆ.

ಬಾಲ್ಯವಿವಾಹ ಹವ್ಯಕರಲ್ಲಿ ಇರಲಿಲ್ಲ. ಬ್ರಾಹ್ಮೀ ವಿವಾಹ ಪದ್ಧತಿ ಇಂದಿಗೂ ಆಚರಣೆಯಲ್ಲಿದೆ. ಶೀಲ ಸಂಪನ್ನಳು, ಆಚಾರ ಸಂಪನ್ನಳು, ಆರೋಗ್ಯ ಸಂಪನ್ನಳು ಆದ ವಧುವನ್ನು ಮದುವೆಯಾಗುವುದು ಬ್ರಾಹ್ಮೀ ವಿವಾಹ ಎಂಬ ವಿವರಣೆ ಇದೆ.

ವಿವಾಹ ಬಂಧಕ್ಕೆ ಜಾತಕ ಹೊಂದಾಣಿಕೆಗೆ ಮೊದಲ ಸ್ಥಾನ. ಮನೆತನ, ವರಸ್ವಾಮ್ಯಕ್ಕೆ ನಂತರದ ಸ್ಥಾನ. ಗುರುಹಿರಿಯರ ಸಮಕ್ಷಮದಲ್ಲಿ ಜೀರಿಗೆ, ಬೆಲ್ಲ ತಿಂದರೆ ನಿಶ್ಚಿತಾರ್ಥವಾದಂತೆ.

ಬಂದ ನೆಂಟರಿಗೆ ಬೆಲ್ಲ, ನೀರು, ಸಿಹಿ ನೀಡುವುದು ವಾಡಿಕೆ. ಮದುವೆಗಿಂತ ಮೊದಲು ವರನ/ವಧುವಿನ ಮನೆಯಲ್ಲಿ ಊಟ ನಿಷಿದ್ಧ.

ಮದುವೆ ಆರು ದಿನದ ಕಾರ್ಯವಾಗಿತ್ತು. ಮೊದಲ ದಿನ ದಿಬ್ಬಣದ ಜೊತೆ ಬಂದ ವರನಿಗೆ, ವೈದಿಕ ವಿಧಿಯಂತೆ ವಿವಾಹ ಕರ್ಮಗಳು ನಡೆದರೆ, ಮೂರು ದಿನಗಳ ಕಾಲ ನಾಗೋಲೆ ಎಂಬ ಶಾಸ್ತ್ರ ನಡೆಯುತ್ತಿತ್ತು. ಅರಸಿನೆಣ್ಣೆ, ಆರತಕ್ಷತೆ, ಬೀಗಿತ್ತಿಯರ ಅರಸಿನೆಣ್ಣೆ, ವಧುವಿನಿಂದ ಹಾಡು ಹೇಳಿಸುವುದು, ಒಗಟಿನ ಮೂಲಕ ಗಂಡನ ಹೆಸರು ಹೇಳಿಸುವುದು ಮೊದಲಾದ ವಿನೋದಗಳು ನಡೆಯುತ್ತಿದ್ದವು. ಗಣಪತಿ ಪೂಜೆಯಿಂದ ವಿವಾಹದ ಎಲ್ಲಾ ವಿಧಿವಿಧಾನಗಳಲ್ಲಿಯೂ ಸಾಂಪ್ರದಾಯಿಕ ಹಾಡು ಹಾಡುತ್ತಿದ್ದರು. ಮದುವೆಯಲ್ಲಿ ವಧೂವರರ ಕಡೆಯವರು ಪರಸ್ಪರ ನಿಂದಿಸಿಕೊಳ್ಳುವ 'ಜರೆವ ಹಾಡು' ಹೇಳುತ್ತಿದ್ದರು.

ಪ್ರಾಚೀನ ಹವ್ಯಕರಲ್ಲಿ ಸ್ತ್ರೀ-ಪುರುಷರಿಗೆ ಸಮಾನ ಸ್ಥಾನವಿತ್ತು. ಪ್ರತಿಯೊಂದು ಧಾರ್ಮಿಕ ಕಾರ್ಯದಲ್ಲಿಯೂ ಅವಳು ಭಾಗಿಯಾಗುತ್ತಿದ್ದಳು. ಹೆಂಡತಿ ರಜಸ್ವಲೆ ಯಾಗಿ, ಬಸಿರು, ಬಾಣಂತಿಯಾಗಿ ಕಾರ್ಯಕ್ರಮದಲ್ಲಿ ಭಾಗಿಯಾಗಲು ಸಾಧ್ಯವಿಲ್ಲದ ಸನ್ನಿವೇಶದಲ್ಲಿ ಗಂಡನಿಗೆ ನಿಶ್ಚಿತ ಕಾರ್ಯಕ್ರಮ ನಡೆಸಲು ಸಾಧ್ಯವಿರಲಿಲ್ಲ.

ಹವ್ಯಕರಲ್ಲಿ ಋಣಗಳಿಗೆ ಪ್ರಾಧಾನ್ಯತೆ ಇದೆ. 'ಋಣಾನುಬಂಧ ರೂಪೇಣ ಪಶುಪತ್ನಿ ಸುತಾಲಯ' ಎಂಬುದು ಸ್ಮೃತಿವಾಕ್ಯ. ಹುಟ್ಟಿದ ಜೀವಿ ಋಣಗಳನ್ನು ತೀರಿಸಬೇಕು ಎಂಬುದು ಧಾರ್ಮಿಕ ವಿಧಿಯಾಗಿತ್ತು. ಸ್ತ್ರೀಯರು ಪತಿವ್ರತಾ ಧರ್ಮವನ್ನು ಕಟ್ಟುನಿಟ್ಟಾಗಿ ಪಾಲಿಸುತ್ತಿದ್ದರು. ಬೆಳಗ್ಗೆ ಎದ್ದವರು ಗಂಡನ ಪಾದಕ್ಕೆ ನಮಸ್ಕರಿಸುತ್ತಿದ್ದರು. ಗಂಡ ಉಂಡ ಬಾಳೆಯಲ್ಲಿ ಉಣ್ಣುತ್ತಿದ್ದರು. ಗಂಡನ ಹೆಸರು ಹೇಳಿದರೆ ಆಯಸ್ಸು ಕ್ಷೀಣಿಸುತ್ತದೆ ಎಂಬ ನಂಬಿಕೆ ಇತ್ತು. ಜನ್ಮಜನ್ಮಾಂತರದ ಕರ್ಮ ವಿಶೇಷದಿಂದ ತಾವು ಗಂಡ ಹೆಂಡಿರಾಗಿದ್ದೇವೆ ಎಂಬ ಶ್ರದ್ಧೆ ಧೃಢವಾಗಿತ್ತು.

ಹವ್ಯಕರಲ್ಲಿ ಶವವನ್ನು ಸುಡುವ ಪದ್ಧತಿ ಇದೆ. ಶಿಶು ಮೃತಪಟ್ಟರೆ ಅಡಿಕೆ ತೋಟದಲ್ಲಿ ಹುಗಿಯುತ್ತಾರೆ. ದಹನದಿಂದ ಸಪಿಂಡೀಕರಣದವರೆಗೆ, ಮಾಸಿಕ ಶ್ರಾದ್ಧಾದಿಗಳು, ವರ್ಷಾಂತದ ಶ್ರಾದ್ಧಗಳು ಅಪರಕರ್ಮವಾಗಿದ್ದು ಅದರಲ್ಲಿ ಅಪಾರ ನಂಬಿಕೆ ಹೊಂದಿದ್ದಾರೆ. ಪಿತೃ ಋಣ ತೀರಿಸಲಾಗಂತಹುದು ಎಂಬ ನಂಬಿಕೆಯಿಂದ ಪ್ರತಿಯೊಂದು ಗೃಹಸ್ಥನೂ ಗತಿಸಿದ ತಂದೆ ತಾಯಂದಿರ ವಾರ್ಷಿಕ ಶ್ರಾದ್ಧ ಕರ್ಮವನ್ನು ತಮ್ಮ ಜೀವಿತಾವಧಿಯವರೆಗೆ ಆಚರಿಸುತ್ತಿದ್ದರು. ಶ್ರಾದ್ಧದಲ್ಲಿ ಮೂರು ತಲೆಮಾರಿನ (ತಂದೆ/ತಾಯಿ, ಅಜ್ಜ/ಅಜ್ಜಿ, ಮುತ್ತಜ್ಜ/ಮುತ್ತಜ್ಜಿ) ಪಿತೃಗಳನ್ನು ಆಹ್ವಾನಿಸಿ ತರ್ಪಣ ನೀಡುತ್ತಿದ್ದರು. ಪುನರ್ಜನ್ಮವನ್ನೂ ಮೋಕ್ಷವನ್ನೂ ನಂಬುತ್ತಿದ್ದರು.

ಹವ್ಯಕರಲ್ಲಿ ವಿಧವಾ ಧರ್ಮಾಚರಣೆ ಧರ್ಮದ ಅಂಗವಾಗಿತ್ತು. ಮೃತನಾದ ಗಂಡ ಪರಲೋಕದಲ್ಲಿ ಸೂಕ್ಷ್ಮ ಶರೀರಿಯಾಗಿ ಇರುತ್ತಾನೆ ಎಂಬುದು ಪರಂಪರಾಗತ ನಂಬಿಕೆಯಾಗಿತ್ತು. ಗತಿಸಿದ ಗಂಡನನ್ನು ಮರೆಯಲು ವಿಧವೆ ಇಚ್ಛಿಸುತ್ತಿರಲಿಲ್ಲ. ಮೊಮ್ಮಕ್ಕಳಿಗೆ ಅಜ್ಜ ಅಜ್ಜಿಯ ಹೆಸರಿಟ್ಟು ಅವರ ನೆನಪನ್ನು ಶಾಶ್ವತಗೊಳಿಸುತ್ತಿದ್ದರು. ಗಂಡ ಬದುಕಿದ್ದಾಗ ಪತಿವ್ರತಾ ಧರ್ಮದಿಂದ ತುಂಬು ಜೀವನ ನಡೆಸಿದ ಹೆಂಡತಿ, ಅವನು ಗತಿಸಿದ ನಂತರ ವಿಧವೆಯಾಗಿ ಋಷಿ ಸಾದೃಶ್ಯ ಜೀವನ ನಡೆಸಲು ಸ್ವಯಂಪ್ರೇರಿತಳಾಗಿರುತ್ತಿದ್ದಳು. ಸಮಾಜದಲ್ಲಿ ಅವಳಿಗೆ ಗೌರವದ ಸ್ಥಾನಮಾನವಿರುತ್ತಿತ್ತು. ಮಕ್ಕಳು, ಮೊಮ್ಮಕ್ಕಳು ಅವಳನ್ನು ಆದರದಿಂದ ಕಾಣುತ್ತಿದ್ದರು. ಅವಳು ಅಮಂಗಲೆಯೆಂದು ದೂರವಿಡುತ್ತಿರಲಿಲ್ಲ. ಮಂಗಲ ಕಾರ್ಯದ ಚಪ್ಪರಕ್ಕೆ ಅವಳು ಬರುವುದಕ್ಕೆ ಇಷ್ಟಪಡದಿದ್ದರೂ ನಡುಮನೆಯಲ್ಲಿ ಕೂತ ಅವಳಿಂದ, ಮಂಟಪಕ್ಕೆ ಹೆಣ್ಣು ಬರುವಾಗ, ದಿಬ್ಬಣ ಹೊರಡುವಾಗ ಆಕೆಯ ಆಶೀರ್ವಾದ ಪಡೆದುಕೊಳ್ಳುತ್ತಿದ್ದರು.

ಬಾಲ್ಯವಿವಾಹ

ಪ್ರೌಢವಿವಾಹವು ಶಾಸ್ತ್ರ ಸಮ್ಮತವಾಗಿದ್ದ ಹವ್ಯಕರಲ್ಲಿ ಬಾಲ್ಯವಿವಾಹ 15ನೇ ಶತಮಾನದ ಮಧ್ಯ ಭಾಗದಲ್ಲಿ ಬಂತು. ಬಾಲ್ಯದಲ್ಲೇ ವಿವಾಹ ಮಾಡಿಕೊಡುವ ಈ ಪದ್ಧತಿಗೆ ಪರಕೀಯರ ಆಕ್ರಮಣಗಳಂತೆ ಆಂತರಿಕ ಆಕ್ರಮಣಗಳು ಕಾರಣವಾಗಿದ್ದವು. ಉತ್ತರ ಕನ್ನಡದ ಕೆಲ ಭಾಗಗಳಲ್ಲಿದ್ದ ಬಿಜಾಪುರದ ಆದಿಲ್‌ಶಾಹಿ ಆಡಳಿತವೂ ಬ್ರಾಹ್ಮಣರಿಗೆ ಭಯ ಹುಟ್ಟಿಸುವಂತಿತ್ತು. ಕ್ರಿ.ಶ.1510ರಲ್ಲಿ ಗೋವಾವನ್ನು ವಶಪಡಿಸಿಕೊಂಡ ಪೋರ್ಚುಗೀಸರು ಹಿಂದೂ ದೇವಾಲಯ ನಾಶ ಹಾಗೂ ಮತಾಂತರವನ್ನು ಆಡಳಿತದ ಧೋರಣೆಯಾಗಿಸಿಕೊಂಡಿದ್ದರು. ಹವ್ಯಕರ ನೆಲೆಯಾಗಿದ್ದ ಗೋಕರ್ಣದ ಮೇಲೆ ದಾಳಿ ನಡೆಸಿ, ಮಹಾಬಲೇಶ್ವರ ದೇವಸ್ಥಾನದ ರಥವನ್ನು ಸುಟ್ಟಿದ್ದರು. ಅಭದ್ರತೆಯ ಭಯದಲ್ಲಿ, ಕೆಳದಿ ಅರಸರ ಆಳ್ವಿಕೆಯ ನಗರ ಪ್ರದೇಶಕ್ಕೆ ಗೋಕರ್ಣದಲ್ಲಿದ್ದ ಹವ್ಯಕರ ಮೂಲ ಮಠ ಸ್ಥಳಾಂತರಗೊಂಡಿತ್ತು. ಪೋರ್ಚುಗೀಸರು 1560ರಲ್ಲಿ ರಚಿಸಿದ 'ಇಂಕ್ವಿಜೇಷನ್ ಕೋರ್ಟು' ಅಲ್ಲಿನ ಹಿಂದುಗಳಿಗೆ ಮಾರಕವಾಗಿತ್ತು. ಬೆಳೆದು ನಿಂತ ಹೆಣ್ಣುಮಕ್ಕಳ ಅಪಹರಣ, ಮಾನಭಂಗ ಸಾಮಾನ್ಯವಾಗಿತ್ತು. ಹೆಣ್ಣುಮಕ್ಕಳನ್ನು ಮನೆಯಲ್ಲಿ ಇರಿಸಿಕೊಳ್ಳುವುದು ಸುರಕ್ಷಿತವಾಗಿರಲಿಲ್ಲ. ವಿವಾಹವಾಗುವವರೆಗೆ ಹೆಣ್ಣುಮಕ್ಕಳನ್ನು ರಕ್ಷಿಸುವುದು ತಂದೆಯ ಜವಾಬ್ದಾರಿಯಾದ್ದರಿಂದ, ಆತ ಆದಷ್ಟು ಬೇಗ ತನ್ನ ಕರ್ತವ್ಯವನ್ನು ಪೂರೈಸಿ ತನ್ನ ಮೇಲಿನ ಭಾರವಿಳಿಸಿಕೊಳ್ಳಲು ಯತ್ನಿಸುತ್ತಿದ್ದ. ಈ ಕ್ರಮ ಗೋವಾಕ್ಕೆ ಹೊಂದಿಕೊಂಡ ಪ್ರದೇಶಗಳಲ್ಲಿ ನೆಲೆಸಿದ್ದ ಹವ್ಯಕ ಬ್ರಾಹ್ಮಣರಲ್ಲಿ, ಕ್ರಮೇಣ ವೀರಶೈವರಲ್ಲಿ ಹಾಗೂ ಇನ್ನಿತರ ಹಲವು ಪಂಗಡದ ಜನರಲ್ಲಿ ಬೆಳೆದು ಬಂತು. ಮದುವೆಯಾದ ಹೆಣ್ಣುಮಕ್ಕಳನ್ನು ಅಪಹರಿಸಲು ಹಿಂಜರಿಯುತ್ತಿದ್ದ ಕಾರಣದಿಂದ

ತಮ್ಮ ಹೆಣ್ಣುಮಕ್ಕಳನ್ನು ರಕ್ಷಿಸಿಕೊಳ್ಳಲು ಬಾಲ್ಯವಿವಾಹ ರೂಢಿಸಿಕೊಂಡರು. ಅನಿವಾರ್ಯವಾಗಿ ಹುಟ್ಟಿಕೊಂಡ ಬಾಲ್ಯವಿವಾಹ ಮುಂದೆ ಹಲವು ಅನಿಷ್ಟಗಳಿಗೆ ಕಾರಣವಾಯಿತು. 18ನೇ ಶತಮಾನದ ಪ್ರಾರಂಭದ ಹೊತ್ತಿಗೆ ಬಾಲ್ಯವಿವಾಹದಿಂದ ಬಾಲವಿಧವೆಯರ ಸಂಖ್ಯೆ ಹೆಚ್ಚಿ, ಹಲವು ಸಮಸ್ಯೆಗಳಿಗೆ ಕಾರಣವಾಯಿತು.

ಒಂದು ಕಾಲಕ್ಕೆ ಅಗತ್ಯ ಇರಬಹುದಾದ, ಅನಿವಾರ್ಯ ಎನಿಸಿಕೊಳ್ಳಬಹುದಾದ ಸಾಮಾಜಿಕ ಧಾರ್ಮಿಕ ರೀತಿ–ರಿವಾಜುಗಳು ಕಾಲಕಳೆದಂತೆ ತನ್ನ ಮೌಲ್ಯಗಳನ್ನು ಕಳೆದುಕೊಂಡುಬಿಡುತ್ತವೆ. ಪರಂಪರೆಯ ಹೆಸರಲ್ಲಿ, ಧರ್ಮದ ಹೆಸರಿನಲ್ಲಿ ಹಳೆಯ ಸಂಪ್ರದಾಯಗಳನ್ನು ಕುರುಡುತನದಿಂದ ಆಚರಿಸಿಕೊಂಡು ಬರುವುದು ಮೂಢನಂಬಿಕೆಯಲ್ಲದೇ ಇನ್ನೇನು ಅಲ್ಲ. ಬಾಲ್ಯವಿವಾಹ ಪದ್ಧತಿ ಕುರುಡು ಅನುಕರಣೆಯೆಂದೇ ಹೇಳಬಹುದು.

ಮದುವೆ ಎಂದರೇನು? ಅದರ ಅಗತ್ಯ ಏನು? ಎಂಬುದನ್ನು ತಿಳಿಯದ ಬಾಲೆಗೆ ಲಗ್ನ ಮಾಡಲಾಗುತ್ತಿತ್ತು. ವಧುವಿಗೆ ತಿರ ಕೊಟ್ಟು ಮದುವೆಯಾಗುತ್ತಿದ್ದ ಕಾಲ ಅದು ('ತೆರ' ಅಥವಾ 'ತಿರ' ಎಂದರೆ, ಮದುವೆಯಾಗುವವನು ವಧುವಿನ ತಂದೆಗೆ ಹಣ ಅಥವಾ ಧವಸಧಾನ್ಯಗಳನ್ನು ಕೊಡುವ ಪದ್ಧತಿ) ಯಾರಿಗೆ ಹೆಚ್ಚು ತಿರ ಕೊಡುವ ತಾಕತ್ತು ಇರುತ್ತಿತ್ತೋ, ಅಂತಹವನಿಗೆ ಹೆಣ್ಣು ಕೊಡಲು ಕನ್ಯಾಪಿತೃಗಳು ಮುಂದಾಗುತ್ತಿದ್ದರು. ಆರ್ಥಿಕವಾಗಿ ಗಟ್ಟಿ ಇದ್ದವನು ಬಡವರ ಮನೆಯ ಹುಡುಗಿಯನ್ನು ಮದುವೆಯಾಗುತ್ತಿದ್ದ. ಹೆಣ್ಣು ಹಾಗೂ ಗಂಡಿನ ನಡುವೆ ಕನಿಷ್ಠ 10ರಿಂದ 15 ವರ್ಷಗಳ ವಯಸ್ಸಿನ ಅಂತರ ಸಾಮಾನ್ಯವಾಗಿರುತ್ತಿತ್ತು. ಬಾಲ್ಯವಿವಾಹ ರೂಢಿಗೆ ಬಂದಮೇಲೆ ಹೆಣ್ಣಿಗೆ 5ರಿಂದ 10 ವರ್ಷದೊಳಗಾಗಿ ಲಗ್ನ ಮಾಡುವುದೇ 'ಧರ್ಮ' ಎನಿಸಿಬಿಟ್ಟಿತು. ಬಾಲ್ಯವಿವಾಹವನ್ನು ಅನುಸರಿಸಿ ಬಂದ ಅನಿಷ್ಟಗಳಲ್ಲಿ 'ತೊಟ್ಟಿಲು ಇಡಿಕೆ'ಯೂ ಒಂದು. ಹೆಣ್ಣು ಮಗು ಹುಟ್ಟಿದ ಕ್ಷಣದಲ್ಲಿಯೇ ಮತ್ತೊಂದು ಗಂಡು ಮಗುವಿನ ಹೆಂಡತಿ ಎಂದು ನಿಶ್ಚಯ ಮಾಡಲಾಗುತ್ತಿತ್ತು. ಅವಳು ವಾಗ್ದತ್ತ ವಧುವಾಗಿ ಬೆಳೆಯುತ್ತಿದ್ದಳು. ಹುಟ್ಟಿದ ಮನೆಯವರಂತೆ ಗಂಡನ ಮನೆಯವರೂ ಅವಳನ್ನು ಅಕ್ಕರೆಯಿಂದ ಕಾಣುತ್ತಿದ್ದರು. ನಿಶ್ಚಿತ ವರ ಮರಣ ಹೊಂದಿದರೆ ಧರ್ಮ ಜಿಜ್ಞಾಸೆ ಉಂಟಾಗುತ್ತಿತ್ತು. ಸಮಾಜದ ಗಣ್ಯರು, ಪುರೋಹಿತರು ನೀಡಿದ ನಿರ್ಣಯ ಅನುಸರಿಸಬೇಕಿತ್ತು.

ಹುಟ್ಟಿ, ವರ್ಷ ಕಳೆಯುವುದರೊಳಗೆ ಕೂಸನ್ನು ತೊಟ್ಟಿಲಲ್ಲೇ ವಿವಾಹ ಬಂಧನಕ್ಕೊಳಪಡಿಸುವ ಅತಿರೇಕ ಪದ್ಧತಿಯೂ ಅಸ್ತಿತ್ವದಲ್ಲಿತ್ತು. ಗರ್ಭದಲ್ಲಿರುವ ಶಿಶುವನ್ನೇ ಹಲವು ವ್ಯವಹಾರಿಕ ಉದ್ದೇಶಗಳಿಗಾಗಿ ಮೀಸಲು ವಧುವಾಗಿ ಕಾಯ್ದಿರಿಸುವ ಪದ್ಧತಿಯೂ ಇತ್ತೆಂದು ಸಮಾಜ ಸುಧಾರಕಿ ಮತ್ತು ಸ್ವಾತಂತ್ರ್ಯ ಹೋರಾಟದಲ್ಲಿ ಮುಂಚೂಣಿಯಲ್ಲಿದ್ದ ಡಾ॥ ಕಮಲಾದೇವಿ ಚಟ್ಟೋಪಾಧ್ಯಾಯ

ದಾಖಲಿಸಿದ್ದಾರೆ. ಈ ರೀತಿಯ ವಿವಾಹ ತಂದೆತಾಯಿಗಳಿಗೆ ಹೇಳಿಕೊಳ್ಳಲು ಹೆಗ್ಗಳಿಕೆಯ ವಿಷಯವಾಗಿರುತ್ತಿತ್ತು. ರಜಸ್ವಲೆಯಾಗುವ ಮೊದಲು ಹೆಣ್ಣು ಮಗುವಿಗೆ ಮದುವೆ ಮಾಡುವುದು ಕಟ್ಟಳೆಯಾಗಿತ್ತು. ಮದುವೆಗಿಂತ ಮೊದಲು ಮೈನೆರೆದ ಹೆಣ್ಣು ಮಗುವನ್ನು ಕಣ್ಣು ಕಟ್ಟಿ ಕಾಡಿಗೆ ಬಿಡುವ ಕ್ರೌರ್ಯವೂ ಧರ್ಮಬೀರುಗಳಾದ ಹವ್ಯಕ ಬ್ರಾಹ್ಮಣರಲ್ಲಿ ಆಚರಣೆಯಲ್ಲಿತ್ತು.

(ಸುಮಾರು 300 ವರ್ಷಗಳಷ್ಟು ಹಳೆಯದಾದ ಕೋಟಿ ಚನ್ನಯ್ಯ ತುಳು ಪಾಡ್ದನದಲ್ಲಿ, ಬ್ರಾಹ್ಮಣ ಹುಡುಗಿಯಾದ ಕೋಟಿ ಚನ್ನಯ್ಯರ ತಾಯಿಯನ್ನು ಆ ಕಾಲದ ಪದ್ಧತಿಯಂತೆ ಮದುವೆಗೆ ಮುನ್ನ ಮೈನೆರೆದಳೆಂದು ಕಣ್ಣಿಗೆ ಬಟ್ಟೆ ಕಟ್ಟಿ ಕಾಡಿನಲ್ಲಿ ಬಿಟ್ಟು ಬರುತ್ತಾರೆ. ಅವಳನ್ನು ಬಿಲ್ಲವ ಜಾತಿಯ ಸಾಯನ ಬೈದ್ಯ ರಕ್ಷಿಸಿ ಕರೆ ತಂದು ಸಾಕುತ್ತಾನೆ. ದೇವರು ಬೇರೆ ಬೇರೆ ಜಾತಿಯವರಿಗೆ, ಬೇರೆ ಬೇರೆ ಪದ್ಧತಿ ಸೃಷ್ಟಿಸಿದ್ದಾನೆ ಎನ್ನುವ ಅವಳ ಮಾತಿಗೆ ಸಾಯನ ಬೈದ್ಯ ಹೇಳುತ್ತಾನೆ, 'ಇಂತಹ ಪದ್ಧತಿಗಳು ದೇವರು ಸೃಷ್ಟಿ ಮಾಡಿದ್ದಲ್ಲ. ಮನುಷ್ಯರು ಮಾಡಿಕೊಂಡಿದ್ದು'.

(ನೋಡಿ–ತುಳು ಪಾಡ್ದನಗಳು. ಡಾ. ಬಿ.ಎ.ವಿವೇಕ ರೈ. ಕರ್ನಾಟಕ ಗಿರಿಜನ ಸಂಸ್ಕೃತಿ, ಪ್ರಕಟಣೆ–ಕರ್ನಾಟಕ ಜಾನಪದ ಮತ್ತು ಯಕ್ಷಗಾನ ಅಕಾಡೆಮಿ ಬೆಂಗಳೂರು.)

ಧಾರ್ಮಿಕ ಕಟ್ಟುಪಾಡಿನಲ್ಲಿ ಮೈನೆರೆದವಳನ್ನು ಮದುವೆ ಮಾಡಲು ನಿರ್ಬಂಧವಿತ್ತು. ಲಗ್ನಕ್ಕೆ ಮುನ್ನ ಮೈನೆರೆದರೆ ಹುಡುಗಿ ಹಾಗೂ ಆಕೆಯ ತಂದೆತಾಯಿಗಳನ್ನು ಸಮಾಜ ಬಹಿಷ್ಕರಿಸುತ್ತಿತ್ತು. ಮೈನೆರೆದ ಹುಡುಗಿ ಮನೆಯಲ್ಲಿದ್ದರೆ, ತಾವು ಜಾತಿ ಬಾಹಿರರಾಗುತ್ತೇವೆಂಬ ಭೀತಿಯಿಂದ ಪಾಲಕರು ಆಕೆಯನ್ನು ಸೂಳೆಯರಿಗೆ ಕೊಟ್ಟು ಕೈ ತೊಳೆದುಕೊಳ್ಳುತ್ತಿದ್ದರು. ಸೂಳೆಯರು ತಮ್ಮಂತೆ ಆಕೆಗೆ ನಾಚುಗಳನ್ನು ಕಲಿಸುತ್ತಿದ್ದರು. 'ಬಸವಿ' ಬಿಡುವ ಪದ್ಧತಿಗೆ ಬಾಲ್ಯವಿವಾಹವೂ ಒಂದು ಮುಖ್ಯ ಕಾರಣವಾಗಿರುವ ಸಾಧ್ಯತೆ ಇದೆ.

1984ರಲ್ಲಿ ನಾವು ಸಿರ್ಸಿಯಲ್ಲಿ ಸಂದರ್ಶಿಸಿದ 95ರ ವಯೋವೃದ್ಧೆ ಕಡವೆಯ ವರಮಹಾಲಕ್ಷ್ಮಮ್ಮ ತಿಳಿಸಿದಂತೆ 'ಹುಡುಗಿಯೊಬ್ಬಳಿಗೆ ಲಗ್ನ ಖಾಯಂ ಆಗಿತ್ತು. ಆದರೆ ನಿಗದಿಪಡಿಸಿದ 'ತಿರ'ವನ್ನು ಕೊಡಲು ವರನಿಗೆ ಸಾಧ್ಯವಾಗಲಿಲ್ಲ. ಆತ ಹಣ ಹೊಂದಿಸುತ್ತಿದ್ದ ವೇಳೆಯಲ್ಲಿ ಹುಡುಗಿ ಮೈನೆರೆದಳು. ತನ್ನನ್ನು ಸೂಳೆಯರಿಗೆ ಕೊಟ್ಟು ಬಿಡುವ ಭಯದಲ್ಲಿ ಅಪ್ಪನಿಗೆ 'ನಿನ್ನ ತಿರದಕ್ಷಿಣೆ ಬಂತು' ಅಂತ ಹೇಳಿ ಅವಳು ಬಾವಿಯಲ್ಲಿ ಹಾರಿ ಪ್ರಾಣಬಿಟ್ಟಳು.

ಇನ್ನೊಬ್ಬ ವಯೋವೃದ್ಧೆಯ ನೆನಪಿನಂತೆ–ಸಿರ್ಸಿ ಸಮೀಪದ ನೇಗಾರ ಎಂಬ ಊರಲ್ಲಿ ಲಗ್ನ ನಿಕ್ಕಿಯಾಗಿದ್ದ ಹುಡುಗಿಯೊಬ್ಬಳನ್ನು ವಿವಾಹಕ್ಕೆ ಮುನ್ನ

ಕರುಸುಳ್ಳಿ ಗಣಪತಿ ಭಟ್ಟ

ಮುಟ್ಟಾದಳೆಂದು ಪಾಲಕರು ಕಣ್ಣು ಕಟ್ಟಿ ದಟ್ಟ ಅಡವಿಯಲ್ಲಿ ಬಿಟ್ಟು ಬಂದಿದ್ದರು. ಆ ಹುಡುಗಿ ಮತಿಭ್ರಮಣೆಯಾಗಿ ಊರಿಗೆ ಬಂದಿದ್ದಳು. ಯಾರೂ ಅವಳಿಗೆ ಅನ್ನ ನೀರು ಕೊಡಲಿಲ್ಲ. ಹಸಿವಿನಿಂದ ಆಕೆ ಕೆಲದಿನಗಳಲ್ಲೇ ಮರಣ ಹೊಂದಿದಳು. ಬ್ರಾಹ್ಮಣರ ಊರುಗಳಲ್ಲಿ ಈ ರೀತಿಯ ಘಟನೆ ಸಾಮಾನ್ಯವಾಗಿತ್ತು. ಅಡವಿಯಲ್ಲಿ ಬಿಟ್ಟು ಬಂದ ಬಹುತೇಕ ಹೆಣ್ಣುಮಕ್ಕಳು ಕಾಡುಪ್ರಾಣಿಗಳ ಪಾಲಾಗುತ್ತಿದ್ದರು.

ಧರ್ಮರಕ್ಷಣೆಯ ಹಲವಾರು ಮಾರ್ಗಗಳಲ್ಲಿ ಒಂದಾಗಿ ಆಚರಣೆಗೆ ಬಂದ ಮಾನವೀಯತೆಯ ಘೋರ ಕಳಂಕವಾದ ಬಾಲ್ಯವಿವಾಹದ ರೂಢಿ ಕಾಲಕ್ರಮೇಣ ಅನೇಕ ರೀತಿಯ ಅನಿಷ್ಟಗಳಿಗೆ ಕಾರಣವಾಗಿ ಬೃಹತ್ ಸಮಸ್ಯೆಯಾಗಿ ಬೆಳೆಯಿತು.

ಪರಕೀಯ ಆಕ್ರಮಣದಿಂದ ಜರ್ಜರಿತರಾದ ಭಾರತೀಯರು – ಜಡ್ಡುಗಟ್ಟಿ ಹೋದ ತಮ್ಮ ಧರ್ಮಕ್ಕೆ ಹೊಸ ಚೈತನ್ಯವನ್ನು ನೀಡಲು ಮುಂದೆ ಬರುವ ಹೊತ್ತಿಗೆ ಎಷ್ಟೋ ಕಾಲ ಕಳೆದು ಹೋಗಿತ್ತು. ರಾಷ್ಟ್ರೀಯ ಆಂದೋಲನದಲ್ಲಿ ಸಕ್ರಿಯ ಪಾತ್ರ ವಹಿಸಿದ್ದ ಡಾ॥ ಕಮಲಾದೇವಿ ಚಟ್ಟೋಪಾಧ್ಯಾಯರ ಪ್ರಕಾರ "ಈ ರೀತಿಯ ಕ್ಲಿಷ್ಟಕರವಾದ ಸಂದರ್ಭದಲ್ಲಿ ಹುಟ್ಟಿ ಬಂದ ಬಾಲ್ಯವಿವಾಹ ಪದ್ಧತಿ ಕಳೆದ ಶತಮಾನದ ಪ್ರಾರಂಭದ ಹೊತ್ತಿಗೆ ಬೃಹತ್ ಆಗಿ ಬೆಳೆದು ಹೆಮ್ಮರವಾಗಿ ದೇಶದಾದ್ಯಂತ ತನ್ನ ಕರಾಳಹಸ್ತ ಚಾಚಿತ್ತು. ವಿದ್ಯಾ, ಬುದ್ಧಿ ಸಂಪನ್ನರಾಗಬೇಕಾದ ಬಾಲ್ಯದಲ್ಲಿಯೇ ಮುಗ್ಧ ಬಾಲ-ಬಾಲೆಯರನ್ನು ವಿವಾಹ ಬಂಧನದಲ್ಲಿ ಸಿಲುಕಿಸಿ ಅವರ ಬದುಕನ್ನು ನರಕ ಸದೃಶವನ್ನಾಗಿಸುತ್ತಿದ್ದ ಈ ಪದ್ಧತಿ ಅನುಕೂಲಕ್ಕಿಂತ ಹೆಚ್ಚು ಅನಿಷ್ಟಗಳನ್ನೇ ತರುತ್ತಿದೆ" ಎಂಬುದು ಸಮಾಜಕ್ಕೆ ಅರಿವಾಗಲು ದೀರ್ಘಕಾಲವೇ ಬೇಕಾಯಿತು.

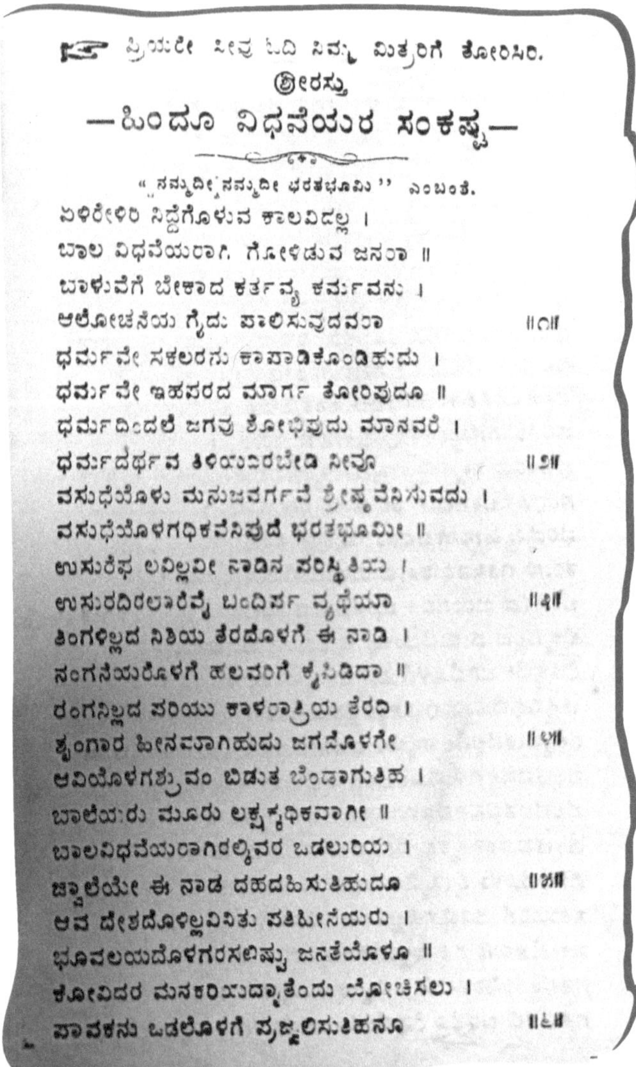

ಪ್ರಿಯರೇ ಶೀಘ್ರ ಓದಿ ನಿಮ್ಮ ಮಿತ್ರರಿಗೆ ತೋರಿಸಿರಿ.

ಶ್ರೀರಸ್ತು

—ಹಿಂದೂ ವಿಧವೆಯರ ಸಂಕಷ್ಟ—

"ನಮ್ಮದೀ ನಮ್ಮದೀ ಭರತಭೂಮಿ" ಎಂಬಂತೆ.

ಏಳಿರೇಳಿರಿ ನಿದ್ದೆಗೊಳುವ ಕಾಲವಿದಲ್ಲ ।
ಬಾಲ ವಿಧವೆಯರಾಗಿ ಗೋಳಿಡುವ ಜನರಾ ॥
ಬಾಳುವೆಗೆ ಬೇಕಾದ ಕರ್ತವ್ಯ ಕರ್ಮವನು ।
ಆಲೋಚನೆಯ ಗೈದು ಪಾಲಿಸುವುದವರಾ ॥೧॥
ಧರ್ಮವೇ ಸಕಲರನು ಕಾಪಾಡಿಕೊಂಡಿಹುದು ।
ಧರ್ಮವೇ ಇಹಪರದ ಮಾರ್ಗ ತೋರಿಪುದೂ ॥
ಧರ್ಮದಿಂದಲೆ ಜಗವು ಶೋಭಿಪುದು ಮಾನವರೆ ।
ಧರ್ಮದರ್ಥವ ತಿಳಿಯದಿರಬೇಡಿ ನೀವೂ ॥೨॥
ವಸುಧೆಯೊಳು ಮನುಜವರ್ಗವೆ ಶ್ರೇಷ್ಠವೆನಿಸುವದು ।
ವಸುಧೆಯೊಳಗಧಿಕವೆನಿಪುದೆ ಭರತಭೂಮೀ ॥
ಉಸುರೆಫ ಲವಿಲ್ಲವೀ ನಾಡಿನ ಪರಿಸ್ಥಿತಿಯು ।
ಉಸುರದಿರಲಾರೆವೈ ಬಂದಿರ್ಪ ವ್ಯಥೆಯಾ ॥೩॥
ತಿಂಗಳಿಲ್ಲದ ನಿಶಿಯ ತೆರದೊಳಗೆ ಈ ನಾಡಿ ।
ನಂಗನೆಯರೊಳಗೆ ಹಲವರಿಂಗೆ ಕೈಸಿಡಿದಾ ॥
ರಂಗನಿಲ್ಲದ ಪರಿಯು ಕಾಳರಾತ್ರಿಯ ತೆರದಿ ।
ಶೃಂಗಾರ ಹೀನವಾಗಿಹುದು ಜಗದೊಳಗೇ ॥೪॥
ಆವಿಯೊಳಗಶ್ರುವಂ ಬಿಡುತ ಬೆಂಡಾಗುತಿಹ ।
ಬಾಲೆಯರು ಮೂರು ಲಕ್ಷಕ್ಕಧಿಕವಾಗೀ ॥
ಬಾಲವಿಧವೆಯರಾಗಿರಲ್ಕಿವರ ಒಡಲುರಿಯು ।
ಜ್ವಾಲೆಯೇ ಈ ನಾಡ ದಹದಹಿಸುತಿಹುದೂ ॥೫॥
ಆವ ದೇಶದೊಳಿಲ್ಲವಿನಿತು ಪತಿಹೀನೆಯರು ।
ಭೂವಲಯದೊಳಗರಸಲಿಷ್ಟು ಜನತೆಯೊಳೂ ॥
ಕೋವಿದರ ಮನಕರಿಯದಾಯ್ತೆಂದು ಯೋಚಿಸಲು ।
ಪಾವಕನು ಒಡಲೊಳಗೆ ಪ್ರಜ್ವಲಿಸುತಿಹನೂ ॥೬॥

ವಿಧವೆಯರ ಸಂಕಷ್ಟವನ್ನು ಜನರಿಗೆ ತಿಳಿಸಿ ಹೇಳಲು ಆಕದಾಸ ಗಣಪತಿ ಭಟ್ಟರು ಪ್ರಕಟಪಡಿಸಿದ 6 ಪುಟಗಳ ಕರಪತ್ರ. ಇದನ್ನು ಜಾಣ ಮಂಜಪ್ಪ ಅವರು ರಚಿಸಿದ್ದರು. ಇದನ್ನು ಆ ದಿನದಲ್ಲಿ ಅತ್ಯಂತ ಜನಪ್ರಿಯವಾಗಿದ್ದ 'ನಮ್ಮದೀ ನಮ್ಮದೀ ಭರತಭೂಮಿ' ಶೈಲಿಯಲ್ಲಿ ರಚಿಸಲಾಗಿತ್ತು.

ಶೋಷಿತ ಬದುಕು

ಒಂದು ಕಾಲದಲ್ಲಿ ಮಾತೃ ಪ್ರಧಾನವಾಗಿದ್ದ ಸಾಮಾಜಿಕ ವ್ಯವಸ್ಥೆಯು ಸ್ಥಿತ್ಯಂತರಗೊಂಡು, ಸ್ತ್ರೀಪುರುಷರು ಸಮಾನ ಸ್ಥಾನಮಾನ ರೂಢಿಸಿಕೊಂಡರು. ಬದಲಾದ ಕಾಲಘಟ್ಟದಲ್ಲಿ ಪುರುಷ ಪ್ರಧಾನ ವ್ಯವಸ್ಥೆ ರೂಪುಗೊಂಡಿತು.

ಮಾತೃ ಪ್ರಧಾನ ವ್ಯವಸ್ಥೆಯಲ್ಲಿ ಹೆಣ್ಣು ಕುಟುಂಬದ ನಿರ್ಣಾಯಕಳಾಗಿದ್ದಳು. ಸಮಾನ ಸ್ಥಾನಮಾನ ವ್ಯವಸ್ಥೆಯಲ್ಲಿ ಮನೆಯ ಒಳಗಿನ ಕಾರ್ಯ ಹೆಣ್ಣಿನದ್ದಾಗಿದ್ದರೆ ಕೃಷಿ, ಮನೆಯ ಕೊಡುಕೊಳ್ಳುವಿಕೆ, ವ್ಯವಹಾರ ಗಂಡಿನದಾಗಿತ್ತು. ಪುರುಷ ಪ್ರಧಾನ ವ್ಯವಸ್ಥೆ ರೂಢಿಗತವಾದ ಮೇಲೆ ಗಂಡಿನದ್ದೇ ಪರಮಾಧಿಕಾರವಾಗಿ, ಹೆಣ್ಣಿನ ಒಂದೊಂದೇ ಹಕ್ಕುಗಳನ್ನು ಕಿತ್ತುಕೊಳ್ಳಲಾಯಿತು. ಸ್ತ್ರೀಯರಿಗಿದ್ದ ವೇದಾಧಿಕಾರವನ್ನು ನಿರಾಕರಿಸಲಾಯಿತು. ವಿದ್ಯಾರ್ಜನೆಯ ಅವಕಾಶ ನೀಡಲಿಲ್ಲ. ಹೆಣ್ಣು ಅಬಲೆ ಎನಿಸಿಕೊಂಡಳು. ಅವಳಿಗೆ ಸ್ವಾತಂತ್ರ್ಯ ಇರಲಿಲ್ಲ. ಬಾಲ್ಯದಲ್ಲಿ ತಂದೆತಾಯಂದಿರು, ಯೌವನದಲ್ಲಿ ಗಂಡ, ವೃದ್ಧಾಪ್ಯದಲ್ಲಿ ಮಕ್ಕಳ ಸುಪರ್ದಿನಲ್ಲಿ ಇರಬೇಕೆಂಬುದು ಸ್ಮೃತಿ ವಾಕ್ಯವಾಯಿತು. ಸಂಸಾರ ಸುಖ ಅನುಭವಿಸಿ, ಸಾಲು ಮಕ್ಕಳನ್ನು ಹೆತ್ತು, ಕುಟುಂಬದಲ್ಲಿ ಹಿರಿಯ ಸ್ಥಾನಮಾನ ಗಳಿಸಿದ್ದರೂ ಹೊರಜಗತ್ತಿನ ಅರಿವಿರದ ಮುಗ್ಧ ಮಹಿಳೆಯರು ಹವ್ಯಕರಲ್ಲಿದ್ದರು.

ಅದೇ ಹೊತ್ತಿಗೆ ಬಾಲ್ಯವಿವಾಹವೂ ರೂಢಿಯಲ್ಲಿ ಬಂದು 8 ವರ್ಷದೊಳಗೆ ಮದುವೆ ಮಾಡುವ ಪದ್ಧತಿ ಶುರುವಾಯಿತು. ವಿವಾಹ ಕರ್ಮದ 'ಪ್ರಾಪ್ತೆ ಷೋಡಶೇ ವರ್ಷೇ' ಎಂಬ ಮಂತ್ರ ಮರೆಯಾಗಿ, 'ಅಷ್ಟ ವರ್ಷಾತ್ ಭವೇತ್ಕನ್ಯಾ ಪುತ್ರವತ್ ಪಾಲಿತಾ ಮಯಾ' ಎಂಬ ವೇದೋಕ್ತವಲ್ಲದ ವಿವಾಹ ಮಂತ್ರ ಮುನ್ನೆಲೆಗೆ ಬಂತು.

ವರ ಸಾಮ್ಯವಾಗಲೀ, ಹೆಣ್ಣು ಮಗುವಿನ ಆಸೆ ಆಕಾಂಕ್ಷೆ, ಭವಿಷ್ಯದ ಜೀವನ – ಎಲ್ಲವೂ ಗೌಣವಾಗಿ, ಕರ್ತವ್ಯದ ಹೆಸರಲ್ಲಿ ಮದುವೆ ಮಾಡುವುದು ಪೋಷಕರ ಧೋರಣೆಯಾಗಿತ್ತು. ಕುಂಟನೋ, ಕುರುಡನೋ ಆಗಿರಲಿ ಹೆಂಡತಿ ತೀರಿಕೊಂಡು ನಾಲ್ಕನೆಯ ಮದುವೆಯಾಗುತ್ತಿರುವ ವರನಾಗಿರಲಿ ಅದು ಪ್ರಧಾನವೇ ಆಗಿರಲಿಲ್ಲ. ವೈದ್ಯಕೀಯ ಸೌಲಭ್ಯ ಇಲ್ಲದ ಕಾಲ. ಕಾಯಿಲೆ, ಕಸಾಲೆಗಳಾದರೆ ದೆವ್ವ, ಭೂತ, ಮಾಟಮಂತ್ರಗಳಿಗೆ ಮೊರೆ ಹೋಗುತ್ತಿದ್ದವರೇ ಹೆಚ್ಚು. ಕೇವಲ ಶ್ರೀಮಂತರು, ತಿಳುವಳಿಕೆಯುಳ್ಳ ಕೆಲವೇ ಕೆಲವು ಮಂದಿ ಮಾತ್ರ ವೈದ್ಯಕೀಯ ಉಪಚಾರಕ್ಕಾಗಿ ಆಯುರ್ವೇದ ಪಂಡಿತರನ್ನು ಅವಲಂಬಿಸುತ್ತಿದ್ದರು. ರೋಗಬಾಧೆ ಕಾಣಿಸಿಕೊಂಡಾಗ ಯೋಗ್ಯ ಔಷದೋಪಚಾರ ಇಲ್ಲದೆ ಸಾಯುವವರ ಸಂಖ್ಯೆ ಹೆಚ್ಚಿತ್ತು. ಹೆಣ್ಣುಮಕ್ಕಳು ಬಸಿರು, ಬಾಣಂತನಗಳಲ್ಲಿ ಸಾಯುವುದು ಸಾಮಾನ್ಯವಾಗಿತ್ತು. ವಯಸ್ಸಾದವರನ್ನೂ, ರೋಗಿಷ್ಟರನ್ನು ಮದುವೆಯಾದ ಬಾಲಕಿಯರು ಋತುಮತಿಯಾಗುವುದಕ್ಕೇ ಮೊದಲೇ ವಿಧವೆಯರಾದ ಸಾವಿರಾರು ನಿದರ್ಶನಗಳಿದ್ದವು.

ಬಾಲವಿಧವೆಯರು

ಬಾಲ್ಯ ವಿವಾಹ ಧಾರ್ಮಿಕ ಹೊಣೆಯಾಗಿ ಬೆಳೆದಂತೆ ಬಾಲವಿಧವೆಯರೂ ಸಮಾಜದಲ್ಲಿ ಅನಿವಾರ್ಯವಾದರು. ಆದರೆ ಅವರ ಬದುಕಿನ ಸ್ಥಿತಿಗತಿ, ಅವಸ್ಥೆ, ಸಮಸ್ಯೆಗಳನ್ನು ಅರ್ಥ ಮಾಡಿಕೊಳ್ಳಲು ಯತ್ನಿಸಿದವರು ತೀರಾ ಕಡಿಮೆ. ಪತಿಯೇ ಪರದೈವವೆಂದು ನಂಬಿದ್ದ ಸ್ತ್ರೀಗೆ ಪತಿಯೇ ಇಲ್ಲದ ಮೇಲೆ ಬದುಕಿನಲ್ಲಿ ಯಾವ ಅರ್ಥವೂ ಉಳಿಯಲಿಲ್ಲ. (ಇದು 'ಸತಿ ಪದ್ಧತಿ' ರೂಢಿಯಲ್ಲಿ ಬರಲು ಕಾರಣವಾಯಿತು) ಬಾಲ್ಯ ವಿವಾಹವನ್ನು ಸುತ್ತುವರೆದಂತೆ ಒಂದರ ಹಿಂದೆ ಮತ್ತೊಂದು ಅನಿಷ್ಟ ಪದ್ಧತಿಗಳು ಬೆಳೆದು ಬಂದವು.

ಬಾಲವಿಧವೆಯರು ಧರ್ಮ ನಿಬಂಧನೆ, ನಂಬಿಕೆ, ಪರಂಪರೆ, ಆಚರಣೆಯನ್ನು ಕಟ್ಟುನಿಟ್ಟಾಗಿ ಪಾಲಿಸುತ್ತಿದ್ದ ಅಂದಿನ ಸಮಾಜದಲ್ಲಿ ವಿಧವೆಯರ ಸ್ಥಿತಿಗತಿ ಅತ್ಯಂತ ಹೀನಾಯವಾಗಿತ್ತು. ವಿಧವೆಯರನ್ನು ಅಕ್ಷತ ಯೋನಿ, ಕ್ಷತ ಯೋನಿ ಎಂದು ವರ್ಗೀಕರಿಸಲಾಗಿತ್ತು. ಅವಳನ್ನು ಸಾಮಾಜಿಕ ಅನಿಷ್ಟವೆಂದೇ ಪರಿಗಣಿಸಲಾಗಿತ್ತು. ಹೆತ್ತ ತಂದೆತಾಯಿಯರೂ, ಒಡಹುಟ್ಟಿದ ಅಣ್ಣತಮ್ಮಂದಿರೂ, ಅಕ್ಕತಂಗಿಯರೂ ಅವಳನ್ನು ಕೀಳಾಗಿ ಕಾಣುತ್ತಿದ್ದರು. ಧಾರ್ಮಿಕ ಹಾಗೂ ಸಾಮಾಜಿಕ ಕಾರ್ಯಗಳಲ್ಲಿ ಆಕೆ ಅಪ್ರಸ್ತುತಳಾಗಿದ್ದಳು. ಶುಭ ಕೆಲಸ ಹಾಗೂ ಮಂಗಲ ಕಾರ್ಯಗಳಿಗೆ ಹೊರಟಾಗ ವಿಧವೆಯ ದರ್ಶನವಾದರೆ ಅದು ಅಪಶಕುನ ಹಾಗೂ ಅಮಂಗಲಕರವೆಂದು ಭಾವಿಸಲಾಗುತ್ತಿತ್ತು. ಗಂಡ ಸತ್ತವಳ ಬಳೆ ಒಡೆದು, ಕುಂಕುಮ ಅಳಿಸಲಾಗುತ್ತಿತ್ತು. ಕೇಶ ಮುಂಡನ ಕಡ್ಡಾಯವಾಗಿತ್ತು. ಕುಪ್ಪಸ,

ಒಳಉಡುಪು ಧರಿಸುವಂತಿರಲಿಲ್ಲ. ಅಮಂಗಲಕರ ವಸ್ತ್ರವೆಂದು ಬಿಳಿ ಅಥವಾ ಕೆಂಪು ಸೀರೆಯನ್ನೇ ಉಡಬೇಕಿತ್ತು. ಮನೆಗೆ ಬಂದ ಗಣ್ಯರ ಹಾಗೂ ಅತಿಥಿಗಳೆದುರು ಅವರು ಕಾಣಿಸಿಕೊಳ್ಳಕೂಡದು. ಮನೆಯಲ್ಲಿ ಕತ್ತಲೆಯ ಮೂಲೆಯನ್ನಾಶ್ರಯಿಸಿ ಹೂಬತ್ತಿ ಹೊಸೆಯುತ್ತಲೋ, ಚಿಕ್ಕ ಮಕ್ಕಳನ್ನಾಡಿಸುತ್ತಲೋ ಕಾಲ ಕಳೆಯಬೇಕಿತ್ತು. ಅವಳನ್ನು ಪಂಕ್ತಿಯಲ್ಲಿ ಕೂರಿಸಿ ಊಟ ಹಾಕುತ್ತಿರಲಿಲ್ಲ. ಮಾಡಿದ ಅಡುಗೆಯನ್ನು ಅವಳು ಮುಟ್ಟುವಂತಿರಲಿಲ್ಲ. ಮನೆಮಂದಿಯೆಲ್ಲ ಉಂಡ ಬಳಿಕ, ಉಳಿದಿದ್ದನ್ನು ಅವಳಿಗೆ ನೆರಳು ಸೋಕದಂತೆ ಬಡಿಸುತ್ತಿದ್ದರು. ಅವಳು ಉಂಡು, ನೆಲ ಒರೆಸಿ, ಪಾತ್ರೆ ಪಡಗಗಳನ್ನು ತೊಳೆಯಬೇಕಿತ್ತು. ಅವಳು ತೊಳೆದಿಟ್ಟ ಪಾತ್ರೆ ಪಡಗಗಳಿಗೆ ಗೋಮಯದ ನೀರು ಪ್ರೋಕ್ಷಿಸಿ ಬಳಸುತ್ತಿದ್ದರು. ಸಕೇಶಿಯ ವಿಧವೆಯರ ಪಾಡು ಇನ್ನೂ ದುರ್ಬರವಾಗಿತ್ತು. ಅವಳ ನೆರಳು ಸೋಕಿದರೂ ತಣ್ಣೀರು ಸ್ನಾನ ಮಾಡುವ ಡಂಬಾಚಾರಿಗಳಿದ್ದರು. ಸಹಜವೆಂಬಂತೆ, ಅವಳ ಮೇಲೆ ಕಾಮುಕರ ಅತ್ಯಾಚಾರ ನಡೆಯುತ್ತಿತ್ತು.

ಬಾಳ ಮುಂಜಾವಿನಲ್ಲೇ ಬದುಕು ಕಟ್ಟಿಕೊಳ್ಳುವ ಮಧುರ ಕನಸು ಕಾಣುವ ಎಳೆ ಮನಸಿನ ಬಾಲವಿಧವೆಯರು ಸಹಜವಾದ ಆಸೆ, ಆಕಾಂಕ್ಷೆಗಳಿಂದ ವಂಚಿತರಾಗಿ ಕತ್ತಲ ಕೋಣೆಯಲ್ಲಿ ಕಾಲ ಕಳೆಯಬೇಕಾಗಿತ್ತು. ಎಷ್ಟೋ ಮುಗ್ಧೆಯರಿಗೆ ತಾವು ವಿಧವೆಯರೆಂಬ ಕಲ್ಪನೆಯೂ ಇರುತ್ತಿರಲಿಲ್ಲ. ಅವರು ಪ್ರೌಢಾವಸ್ಥೆಗೆ ಬಂದ ತಕ್ಷಣ ಕ್ಷೌರಿಕನನ್ನು ಕರೆಸಿ ಬಲಾತ್ಕಾರವಾಗಿ ಕೂದಲು ಬೋಳಿಸುತ್ತಿದ್ದರು. ನಂತರ ಅವಳು ಬಣ್ಣದ ಬಟ್ಟೆಯ ಬದಲು ಕೆಂಪು ಸೀರೆ ಉಡಬೇಕಿತ್ತು. ಬಾಲವಿಧವೆಯ ಕೇಶ ಮುಂಡನೆಯ ಕ್ರಿಯೆ ವಿಳಂಬವಾದರೆ ಗುರಿಕಾರರು ಗುರುಮಠಕ್ಕೆ ರಾಯಸ ಕಳಿಸುತ್ತಿದ್ದರು. ಅಲ್ಲಿನ ಪಾರುಪತ್ತೆಗಾರರು ಅವಳ ಅಪ್ಪಅಮ್ಮನನ್ನು ಮಠಕ್ಕೆ ಕರೆಸಿ ಜಾತಿ ಬಹಿಷ್ಕಾರದ ಭೀತಿ ಮೂಡಿಸಿ, ತಲೆ ಬೋಳಿಸಲು ಗಡುವು ವಿಧಿಸುತ್ತಿದ್ದರು.

ಎಳೆಯ ಬಾಲವಿಧವೆ ಪ್ರಾಪ್ತ ವಯಸ್ಸಿಗೆ ಬಂದಾಗ ತನ್ನ ಜೀವನದ ಮಹತ್ವದ ಹಂತವೊಂದು ಕಳೆದುಹೋಗಿದೆ. ಇನ್ನು ಮುಂದಿನದು ಬರಡು ಜೀವನವೆಂದು ಮರುಗುತ್ತಾ, ತನ್ನ ಜನ್ಮವನ್ನು ತಾನೇ ಶಪಿಸಿಕೊಳ್ಳುವಂತಹ ಪರಿಸ್ಥಿತಿ ಅವಳಿಗೆದುರಾಗಿ ನಿಲ್ಲುತ್ತಿತ್ತು. 'ಇದು ನಿನ್ನ ಪೂರ್ವಾರ್ಜಿತ ಕರ್ಮ, ಬದುಕಿರುವಷ್ಟು ದಿನ ಚಂಚಲೆಯಾಗದೆ ಸಂಯಮದಿಂದ ಬ್ರಹ್ಮಚರ್ಯೆ ಕಾಯ್ದುಕೊಂಡು, ಮುಂದಿನ ಜನ್ಮದಲ್ಲಾದರೂ ಒಳ್ಳೆಯ ಬಾಳು ದೊರಕುವಂತೆ ದೇವರಲ್ಲಿ ಪ್ರಾರ್ಥಿಸಿ' ಎಂಬುದು ಹಿರಿಯ ಸನಾತನಿಗಳ ಉಪದೇಶವಾಗಿರುತ್ತಿತ್ತು. ಸಮಾಜದ ಅವಿಭಾಜ್ಯ ಅಂಗವಾಗಿದ್ದ ವಿಧವೆಯರಿಗೆ ಬದುಕು ರೂಪಿಸಲು, ಸುಧಾರಣೆಯನ್ನು ತರಲು ಸಮಾಜದ ಹಿರಿಯರು, ಸನಾತನಿಗಳು ಪ್ರಯತ್ನವನ್ನೇ ನಡೆಸಲಿಲ್ಲ. ಆದರೆ ಅವರನ್ನು ಕತ್ತಲಲ್ಲಿ ಇರಿಸಲು ವಿವಾಹದ ನಿಜವಾದ ಮಹತ್ವವನ್ನು ಮಹಿಳೆಯರು

ತಿಳಿದುಕೊಳ್ಳಬಾರದೆಂದು, ಎಲ್ಲ ಸ್ತ್ರೀಯರನ್ನು ನಿರಕ್ಷರಕುಕ್ಷಿಗಳನ್ನಾಗಿಸಿ, ಶಾಸ್ತ್ರಗ್ರಂಥಗಳ ಮಧ್ಯೆ ಅನೇಕ ನಿರ್ಬಂಧಗಳನ್ನು ಸೇರಿಸಿಬಿಟ್ಟರು. ಸ್ತ್ರೀಯರಿಗೆ, ಶೂದ್ರರಿಗೆ ಸಮಾನ ಸ್ಥಾನ ಕಲ್ಪಿಸಲಾಯಿತು. ಧಾರ್ಮಿಕ ನಿಬಂಧನೆಯ ಹೆಸರಲ್ಲಿ, ಕೇಶ ಮುಂಡನ, ಬೋಳು ಹಣೆ, ಬರಿ ಕೈಗಳು, ಕೆಂಪು ಸೀರೆ, ಕುಪ್ಪಸ ನಿಷೇಧ, ಶುಭಕಾರ್ಯಗಳು ನಿಷೇಧ, ವಿಧವೆಯ ದರ್ಶನ ಅಮಂಗಲಕರ ಮೊದಲಾದ ಶೋಷಣೆಯನ್ನು ಸಮರ್ಥಿಸಿಕೊಳ್ಳಲಾಯಿತು.

ಆ ಕಾಲ ಎಷ್ಟು ವಿಚಿತ್ರವಾಗಿತ್ತೆಂದರೆ ಹೆಂಡತಿ ಸತ್ತವನಿಗೆ ಮರುಮದುವೆಗೆ ಧರ್ಮ ಶಾಸ್ತ್ರದ ಸಮ್ಮತಿಯಿತ್ತು. ಆದರೆ ಗಂಡ ಸತ್ತ, ಪುರುಷ ಸಂಪರ್ಕವನ್ನೇ ಹೊಂದಿರದಿದ್ದ ಇನ್ನೂ ಹತ್ತು ತುಂಬದ ಹುಡುಗಿಗೆ ಮರುಮದುವೆಯ ಅವಕಾಶವಿರಲಿಲ್ಲ. 'ಯತ್ರ ನಾರ್ಯಸ್ತು ಪೂಜ್ಯಂತೆ ರಮಂತೇ ತತ್ರ ದೇವತಾ' [ಎಲ್ಲಿ ಸ್ತ್ರೀಯರು ಆದರದಿಂದ ಕಾಣಲ್ಪಡುತ್ತಾರೋ, ಅಲ್ಲಿ ದೇವತೆಗಳು ವಾಸಿಸುತ್ತಾರೆ] ಎಂದು ಹೇಳುವ ಬ್ರಾಹ್ಮಣ ಸಮಾಜದಲ್ಲಿಯೇ ಇಂತಹ ಅಸಮಾನತೆ ಸಹಜ ವೆಂಬಂತೆ ನಡೆಯುತ್ತಿತ್ತು. ಬಾಲವಿಧವೆಯರ ಬಗ್ಗೆ ತುಸುಮಟ್ಟಿಗಿನ ಅನುಕಂಪ ತೋರುವವರಿದ್ದರೂ, ಅವರ ಉದ್ಧಾರಕ್ಕೆ ಪ್ರಯತ್ನಿಸಿದವರು ತೀರಾ ವಿರಳ.

ಡಾ॥ ಕಮಲಾದೇವಿಯವರು ಬಾಲವಿಧವೆಯ ಸ್ಥಿತಿಯನ್ನು ಈ ರೀತಿ ವಿವರಿಸುತ್ತಾರೆ. "ಸದಾ ಬೈಗುಳನ್ನು ತಿನ್ನುತ್ತ ಬದುಕುವುದು ಬಾಲವಿಧವೆಯರ ಹಣೆಬರಹವಾಯಿತು. ಅದರಲ್ಲೂ ಕೆಲವರು ತೀರಾ ಎಳೆ ಹುಡುಗಿಯರು. ಅವರ ಇಡೀ ಬದುಕು ಮೂರಾಬಟ್ಟೆಯಾದಂತೇ. ಅವರು ಯಾವ ಮಂಗಳ ಕಾರ್ಯಗಳಿಗೂ ಅನರ್ಹರು. ಒಳ್ಳೆಯ ಬಟ್ಟೆ, ಆಭರಣ ಅವರಿಗಿಲ್ಲ. ಬಹುಶಃ ಇಡೀ ಪ್ರಪಂಚವನ್ನು ತ್ಯಜಿಸಿದ ಸಂಕೇತವೋ ಎಂಬಂತೆ ಅವರು ತಲೆ ಬೋಳಿಸಿಕೊಳ್ಳಬೇಕಾಗಿತ್ತು. ಅವರ ಮುಖದರ್ಶನವೂ ಯೋಗ್ಯವಲ್ಲವೆನಿಸಿತು. ಅವರು ಯಾರೆದುರೂ ಬಾರದೇ ಬಾಗಿಲೊಳಗೇ ಅಡಗಿಕೊಳ್ಳಬೇಕಾಗಿತ್ತು. ಅಪಾರ ಅಪಮಾನಗಳಿಗೆ ಈಡಾಗಬೇಕಾಯಿತು. ಮದುವೆಯೆಂದರೇನೆಂದು ತಿಳಿಯುವ ಮೊದಲೇ, ಆಕೆಯ ಸ್ವಂತ ಅನಿಸಿಕೆಗಳು ಬಲಿತು ತೀರ್ಮಾನ ಕೈಗೊಳ್ಳುವ ಮೊದಲೇ ಒಂದು ಎಳೆಯ ಕೂಸನ್ನು ಹೀಗೆ ಇನ್ನೊಬ್ಬರಿಗಾಗಿ ಕಷ್ಟಕೋಟಲೆಗೆ ಈಡು ಮಾಡುವುದು ಅನೈಸರ್ಗಿಕವಷ್ಟೇ ಅಲ್ಲ, ಬೆಳೆಯುವ ಒಂದು ವ್ಯಕ್ತಿತ್ವವನ್ನೇ ವಿಷಮಯವಾಗಿಸುವಂತಹುದು. ಆದರೆ ಇದನ್ನೆಲ್ಲ ಆಚರಿಸದವರು ತುಚ್ಛೀಕರಿಸಲ್ಪಡುತ್ತಿದ್ದರು. ಸಮಾಜದಿಂದ ಬಹಿಷ್ಕೃತರಾಗುತ್ತಿದ್ದರು. ಇದು ಹೆತ್ತವರಿಗೆ ಇನ್ನಷ್ಟು ನೋವನ್ನುಂಟು ಮಾಡುವಂತಹದಾಗಿತ್ತು. ಇದೆಲ್ಲ ಕೊಟ್ಟಕೊನೆಗೆ ಎಲ್ಲಿಯವರೆಗೆ ಬಂದು ಮುಟ್ಟಿತೆಂದರೆ ಹೆಣ್ಣು ಮಗು ಬೇಡದ ಜೀವವಾಗಿ, ಹುಟ್ಟಿದ ಕೂಡಲೇ ಮುಗಿಸಿ ಬಿಡುವಂತಹ ಹೇಯವಾದ ಶಿಶುಹತ್ಯೆಯವರೆಗೂ (ಭಾರತೀಯ ಮಹಿಳೆಯ ಸ್ವಾತಂತ್ರ್ಯ ಹೋರಾಟ) ಬಂದು ತಲುಪಿತು."

ಎಷ್ಟೋ ತಂದೆತಾಯಿಗಳಿಗೆ ಬಾಲವಿಧವೆಯಾದ ತಮ್ಮ ಮಗಳು ಮರು ಮದುವೆಯಾಗಿ ಸುಖವಾಗಿರಲಿ ಎಂಬ ಆಕಾಂಕ್ಷೆ ಇರುತ್ತಿತ್ತು. ಆದರೆ ಸನಾತನಿಗಳಿಗಿದ್ದ ಸಮಾಜದ ಹಿಡಿತದಿಂದ ಆ ಬಯಕೆ ಮುರುಟಿ ಹೋಗುತ್ತಿತ್ತು.

1921ರ ಒಂದು ವರದಿಯ ಪ್ರಕಾರ 15ರಿಂದ 40 ವರ್ಷ ಪ್ರಾಯದ ಸ್ತ್ರೀಯರ ಸಂಖ್ಯೆ ಭಾರತದಲ್ಲಿ 6,11,85,000 ಇತ್ತು. ಇವರಲ್ಲಿ 60,71,206 ಮಂದಿ ಮೇಲ್ಜಾತಿಯ ವಿಧವೆಯರಿದ್ದರು. [Census of India 1921, Vol. I Part 2, Page 46]

ಬಾಲ್ಯವಿವಾಹ ಪದ್ಧತಿಯನ್ನು ಅನೂಚಾನವಾಗಿ ಅನುಸರಿಸಿಕೊಂಡು ಬಂದ ಮೇಲ್ಜಾತಿಯ ಜನರಲ್ಲಿ ವಿಧವೆಯರ ಸಂಖ್ಯೆ ಅಧಿಕವಾಗಿತ್ತು. ಅವರಲ್ಲಿ ಬಹುತೇಕ ಮಂದಿ 5–10 ವರ್ಷದ ಬಾಲವಿಧವೆಯರಾಗಿದ್ದರು. 1934ರ ಒಂದು ವರದಿಯ ಪ್ರಕಾರ ಭಾರತದ ಬಾಲವಿಧವೆಯರ ಸಂಖ್ಯೆ 14,51,515ರಷ್ಟಿತ್ತು.

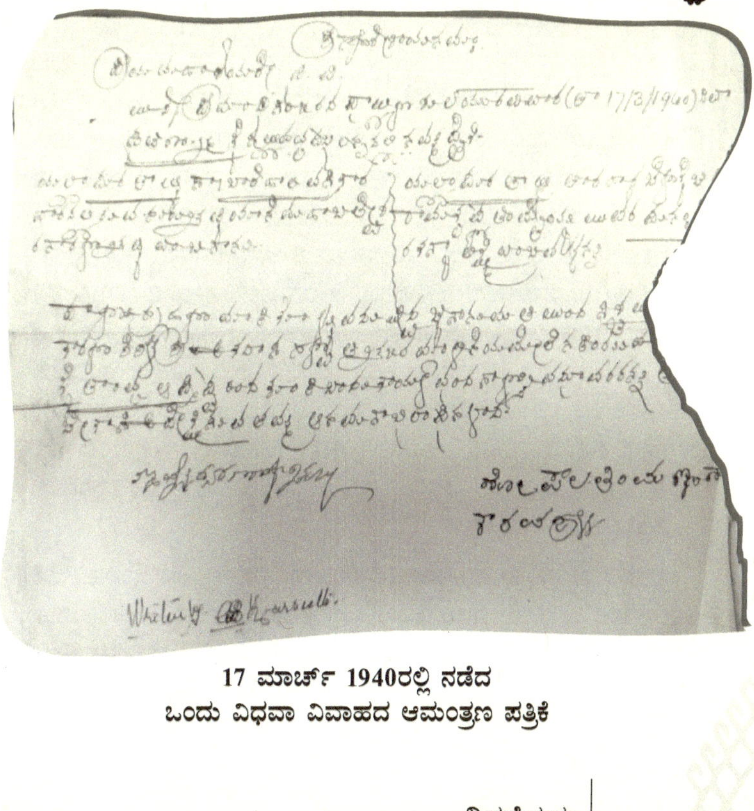

17 ಮಾರ್ಚ್ 1940ರಲ್ಲಿ ನಡೆದ
ಒಂದು ವಿಧವಾ ವಿವಾಹದ ಆಮಂತ್ರಣ ಪತ್ರಿಕೆ

ಗುರುಮಠಗಳು ಹಾಗೂ ಬಹಿಷ್ಕಾರ

ಸಾಮಾನ್ಯವಾಗಿ ಪ್ರತಿಯೊಂದು ಜಾತಿ, ಪಂಗಡ, ಮತಗಳಲ್ಲಿ ಅದರದ್ದೇ ಆದ ಪ್ರತ್ಯೇಕ ಗುರುಮಠಗಳಿವೆ. ಧರ್ಮರಕ್ಷಣೆ, ಜನರಲ್ಲಿ ಆಧ್ಯಾತ್ಮಿಕ ಹಾಗೂ ಧಾರ್ಮಿಕ ಮನೋಭಾವವನ್ನು ಬೆಳೆಸಿ ಸಮಾಜವು ನೈತಿಕ ಅವನತಿಯೆಡೆಗೆ ಸಾಗದಂತೆ, ಸನ್ನಡತೆಯಲ್ಲಿ ಮುನ್ನಡೆಯುವಂತೆ ನೋಡಿಕೊಳ್ಳುವುದು ಈ ಗುರುಮಠಗಳ ಉದ್ದೇಶ. ಆದರೆ ಮಹತ್ತರವಾದ ಉದ್ದೇಶಗಳನ್ನು ಹೊಂದಿದ್ದರೂ ಗುರುಮಠಗಳು ಸಮಾಜದ ಅವಿಭಾಜ್ಯ ಅಂಗವಾದ ಸ್ತ್ರೀಯರ ಬಗೆಗೆ ನಿಗಾ ವಹಿಸಲಿಲ್ಲ. ಅದರಲ್ಲೂ ವಿಧವೆಯರನ್ನು ಕ್ರೂರವಾಗಿಯೇ ನಡೆಸಿಕೊಂಡಿತು. ಅವರ ಬಗ್ಗೆ ಕಾಳಜಿ ತೋರಿಸಿ, ಸಮಸ್ಯೆಯನ್ನು ಪರಿಹರಿಸಲು, ಸಮಾಜ ಸುಧಾರಣಾ ಕ್ರಮಗಳನ್ನು ಕಾರ್ಯಗತಗೊಳಿಸಲು ಪ್ರಯತ್ನವನ್ನೇ ನಡೆಸದೆ, ವಿಧವೆಯರಿಗೆ ನಿರ್ಬಂಧ ಹೇರುತ್ತಾ ಅಮಾನೀಯವಾಗಿ ನಡೆದುಕೊಂಡಿತು. ಬಹಿಷ್ಕಾರದ ಪದ್ಧತಿ ಹವ್ಯಕ ಮಠಗಳಲ್ಲೊಂದೇ ಅಲ್ಲದೆ ಎಲ್ಲಾ ತ್ರಿಮತಸ್ಥ ಬ್ರಾಹ್ಮಣರ ಮಠಗಳಲ್ಲೂ ರೂಢಿಯಲ್ಲಿತ್ತು.

ಪ್ರಾಪ್ತವಯಸ್ಸಿಗೆ ಬಂದ ಬಾಲವಿಧವೆಯರು ನಿಸರ್ಗ ಸಹಜವಾದ ದೈಹಿಕ ಕಾಮನೆಗಳಿಗೆ ಬಲಿಯಾಗಿ ಅಥವಾ ಬಲಾತ್ಕಾರಕ್ಕೊಳಪಟ್ಟು ಗರ್ಭಿಣಿಯಾದರೆ ಆಕೆಯನ್ನು ಶ್ರೀಮಠದ ಸೀಮೆಯ ಪದಾಧಿಕಾರಿಗಳು ವಿಚಾರಣೆ ನಡೆಸುತ್ತಿದ್ದರು.

ಅವಳನ್ನು ಹೊಡೆದು ಬಡಿದು, ಗರ್ಭಕ್ಕೆ ಕಾರಣಕರ್ತನ ಹೆಸರನ್ನು ಹೇಳಲು ಒತ್ತಾಯಿಸಲಾಗುತ್ತಿತ್ತು. ಈ ವಿಚಾರಣೆಯಲ್ಲಿ ಹಿರಿಯ ಹೆಂಗಸರು ಭಾಗವಹಿಸಿ ಅವಳು ಗರ್ಭ ಧರಿಸಿದ್ದು ಹೌದೋ ಅಲ್ಲವೋ ಅನ್ನುವುದನ್ನು ಪರೀಕ್ಷಿಸಿ ಹೇಳುತ್ತಿದ್ದರು. ಅವಳ ಹೇಳಿಕೆಯನ್ನು ಲಿಖಿತವಾಗಿ ದಾಖಲಿಸಿ, ಅವಳ ಗೆರೆ ಸಹಿ ಹಾಕಿಸಿ ಗುರುಮಠಕ್ಕೆ ಪ್ರಾಥಮಿಕ ವರದಿ ಒಪ್ಪಿಸುತ್ತಿದ್ದರು. ಮಠದ ಪಾರುಪತ್ತೇಗಾರರು ಪದಾಧಿಕಾರಿಗಳನ್ನು ಮಠಕ್ಕೆ ಕರೆಸಿಕೊಂಡು ಚರ್ಚಿಸಿ, ಸ್ವಾಮಿಗಳ ಸಮ್ಮುಖದಲ್ಲಿ ಬಹಿಷ್ಕಾರ ವಿಧಿಸುತ್ತಿದ್ದರು. ಬಹಿಷ್ಕೃತ ಮಹಿಳೆ ತನ್ನ ತಂದೆಯ ಮನೆಯಲ್ಲಿ ಇರುವಂತಿರಲಿಲ್ಲ. ಪದಾಧಿಕಾರಿಗಳ ನಿರ್ದೇಶನದಂತೆ ಗ್ರಾಮದ ವೈದಿಕರೊಬ್ಬರ ಮನೆಯ ಕೊಟ್ಟಿಗೆಯಲ್ಲಿ ವಾಸಿಸಬೇಕಿತ್ತು. ಅವಳು ತುತ್ತು ಕೂಳು ತಿನ್ನಲೂ ಭಟ್ಟರ ಮನೆಯವರ ಬೈಗುಳ ಸಹಿಸಬೇಕಿತ್ತು. ಆಕೆಯ ಹೆರಿಗೆ, ಬಾಣಂತನಕ್ಕೆ ಸನಾತನಿ ಹೆಂಗಸರಿಂದ ಯಾವುದೇ ರೀತಿಯ ನೆರವು ದೊರೆಯುತ್ತಿರಲಿಲ್ಲ.

ಜಾತಿ ಬಹಿಷ್ಕಾರದಿಂದ ವಿಧವೆ ಹಾಗೂ ಆಕೆಗೆ ಹುಟ್ಟಿದ ಮಗು ಆನಂತರದ ಪೀಳಿಗೆಯೆಲ್ಲ ಜಾತಿಭ್ರಷ್ಟರಾಗಿ, ಯಾರದೋ ಮನೆಯ ಊಳಿಗ ಮಾಡಿಕೊಂಡು ಬದುಕಬೇಕಿತ್ತು. ಆದರೆ ಆಪಾದಿತ ಗಂಡಸು ಮಾತ್ರ ಮಠಕ್ಕೆ ತಪ್ಪು ದಂಡ ಸಲ್ಲಿಸಿ, ಮಠದ ನಿರ್ದೇಶನದಂತೆ ತೀರ್ಥ ಪ್ರೋಕ್ಷಣೆ ಅಥವಾ ಗೋಕರ್ಣ ಕ್ಷೇತ್ರ ಯಾತ್ರೆಯಿಂದ ದೋಷಮುಕ್ತನಾಗಿ ಪರಿಶುದ್ಧ ವ್ಯಕ್ತಿಯಾಗಿಯೇ ಉಳಿಯುತ್ತಿದ್ದ.

ಸಮಾಜದ ಶ್ರೀಮಂತ ವರ್ಗದವರು ತಮ್ಮ ದರ್ಪ ಹಾಗೂ ಹೆಗ್ಗಳಿಕೆಯಿಂದ ಧಾರ್ಮಿಕ ಕಟ್ಟುಪಾಡುಗಳ ಹೆಸರಲ್ಲಿ ಮಧ್ಯಮ ವರ್ಗದ ಜನರನ್ನು, ಅವರಿಗಿಂತ ಆರ್ಥಿಕವಾಗಿ ಕೆಳವರ್ಗದ ಜನರನ್ನು ಶೋಷಣೆ ಮಾಡಿ ಕಿರುಕುಳ ನೀಡಿ ವಿಕೃತವಾಗಿ ಸಂತುಷ್ಟರಾಗಿರುತ್ತಿದ್ದರು. ವಿಧವೆಯರ ಮೇಲೆ ನಡೆಯುತ್ತಿದ್ದ ಬಹುತೇಕ ಬಲಾತ್ಕಾರಗಳು ಮಠದ ಪಾರುಪತ್ತೇಗಾರರ ಕೃಪಾಕಟಾಕ್ಷದಲ್ಲಿದ್ದ, ಅವರ ಅಕ್ರಮ ಚಟುವಟಿಕೆಗಳಿಗೆ ಸಹಾಯಕರಾಗಿದ್ದ ಲಂಪಟ ಶ್ರೀಮಂತರಿಂದಲೇ ನಡೆಯುತ್ತಿತ್ತು. ಆದರೆ, ಯಾವುದಾದರೂ ಅಮಾಯಕನ ಮೇಲೆ ಆರೋಪ ಹೊರಿಸಿ, ಅವರು ಸಂಪನ್ನರಾಗಿಯೇ ಉಳಿಯುತ್ತಿದ್ದರು. ಸಾಯುವ ವಯಸ್ಸಿನ ಮುದುಕನಿಗೆ ಮತ್ತೆ, ಮತ್ತೆ ಮದುವೆಯಾಗಲು ಅವಕಾಶ ನೀಡುತ್ತಿದ್ದ ಸಮಾಜದ ಗುರುಮಠಗಳು, ಇನ್ನೂ ಅಕ್ಷತ ಕನ್ಯೆಯಾದ ಬಾಲವಿಧವೆಯ ಮರುಮದುವೆಗೆ ಅವಕಾಶ ನೀಡಲಿಲ್ಲ. ಇದು ಪುರುಷ ಪ್ರಧಾನ ಸಾಮಾಜಿಕ ವ್ಯವಸ್ಥೆಯ ಕ್ರೂರ ವರ್ತನೆ ಎಂದು ಹೇಳಬಹುದು. ಆದರೆ ಈ ಅಸಮಾನತೆಯನ್ನು ನಿವಾರಿಸುವ ಅಧಿಕಾರ, ಸಾಮರ್ಥ್ಯ ಹೊಂದಿದ್ದರೂ ಗುರುಮಠಗಳು ಸನಾತನಿಗಳ ಕೈಗೊಂಬೆಯಾಗಿ ವರ್ತಿಸಿರುವುದು ಮೇಲ್ನೋಟಕ್ಕೆ ಕಂಡು ಬರುತ್ತದೆ.

ಧರ್ಮಗ್ರಂಥಗಳಲ್ಲಿ ವಿಧವೆ

ಸನಾತನಿಗಳು ಧರ್ಮದ ಹೆಸರಲ್ಲಿ ಸಮಾಜದಲ್ಲಿ ಅತ್ಯಂತ ಕೀಳು ಸ್ಥಾನ ಕಲ್ಪಿಸಿದ್ದ ವಿಧವೆಯರು, ವೇದ, ಪುರಾಣ ಹಾಗೂ ಸ್ಮೃತಿಗಳಲ್ಲಿ ಕನಿಷ್ಠರಾಗಿರಲಿಲ್ಲ.

ಉದಿರ್ಷ್ವ ನಾರ್ಯಭಿ ಜೀವಲೋಕಂ ಗತಾ ಸುಮೇತ ಮುಪಶೇಷ ಏಹಿ।
ಹಸ್ತಗ್ರಾಭಸ್ಯ ಧಿಧಿಷೋಸ್ತ್ವತ ವೇದಂ ಪತ್ಯುರ್‌ಜ್ರನಿತ್ಯಂ ಅದಿಸಂಭಭೂವ ॥

ಯಜುರ್ವೇದ 3. 6–1–12

(ಎಲೈ ಸ್ತ್ರೀಯೇ, ಏಳು ಪ್ರಪಂಚದಲ್ಲಿ ನಿನ್ನ ಬಾಳ್ವೆ ನಿಷ್ಫಲವೆಂದೆಣಿಸಬೇಡ. ನೀನು ಯಾರೊಡನೆ ಉಳಿಯುತ್ತಿದ್ದೆಯೋ ಅವನು ಮೃತನಾಗಿರುವನು. ವಿಧವೆಯನ್ನು ವಿವಾಹವಾಗಲು ಸಮ್ಮತಿಸುವ ವಿದುರನಿಗೆ ಹೆಂಡತಿಯಾಗು.)

ಯಾಪೂರ್ವಂಪತಿಂ ವಿತ್ವಾಥಾನ್ಯಂ ವಿಂದತ್ಯೇಪರಂ ।
ಪಂಚೌದನಂ ಚ ತಾವಜಂದದಾತೋ ನ ವಿಯೋಷಿತಃ ॥

ಅಥರ್ವಣವೇದ 9. 2–3–27

(ಲಗ್ನದ ಪತಿಯು ಮರಣಪಟ್ಟ ನಂತರ ಮತ್ತೊಬ್ಬನನ್ನು ವರಿಸಿ ಅಜ ಪಂಚೋದನ ದಾನವನ್ನು ಮಾಡಿದರೆ ಆ ದಂಪತಿ ವಿಯೋಗವನ್ನು ಹೊಂದಲಿಕ್ಕಿಲ್ಲ.)

ನಷ್ಟೇ ಮೃತೇ ಪ್ರವ್ರಜಿತೇಕ್ಲೀಬೇಚ ಪತಿತೇಘತೌ ।
ಪಂಚಸ್ವಾಪತ್ಸು ನಾರೀಣಾಂಪತಿರನ್ಯೋ ವಿಧೀಯತೇ ॥

ಪರಾಶರ ಸ್ಮೃತಿ ಅ. 4. ಶ್ಲೋಕ 20

(ಪತಿ ಕಾಣದೇ ಹೋದಲ್ಲಿ, ಮೃತಪಟ್ಟರೆ, ಸನ್ಯಾಸಿಯಾದರೆ, ನಪುಂಸಕ ಅಥವಾ ಪತಿತನಾದರೆ ಈ ಐದು ವಿಧದ ಆಪತ್ಕಾಲಗಳಲ್ಲಿ ಸ್ತ್ರೀಯರಿಗೆ ಎರಡನೇ ವಿವಾಹವನ್ನು ಮಾಡಿಕೊಳ್ಳುವ ಅಧಿಕಾರವಿದೆ.)

ಕನ್ಯೈವಾಕ್ಷತಯೋನಿರ್ಯಾ ಪಾಣಿಗ್ರಹಣದೂಷಿತಾ ।
ಪುನರ್ಭೂಃ ಪ್ರಥಮಾಪ್ರೋಕ್ತಾಪುನಃಸಂಸ್ಕಾರಮರ್ಹತಿ ॥

ನಾರದ ಸ್ಮೃತಿ– ಅ. 12 ಶ್ಲೋಕ 46

(ಕನ್ಯೆಯಾಗಿರಲಿ, ಅಕ್ಷತಯೋನಿಯಾಗಿರಲಿ ಕೇವಲ ಪಾಣಿಗ್ರಹಣವಾಗಿದ್ದ ಬಾಲವಿಧವೆಗೆ ಪ್ರಥಮ ಪುನರ್ಭೂ ಎಂಬ ಹೆಸರು. ಅಂಥವಳು ಪುನಃ ಸಂಸ್ಕಾರಕ್ಕೆ (ಪುನರ್ವಿವಾಹಕ್ಕೆ) ಯೋಗ್ಯಳಾಗಿರುತ್ತಾಳೆ.)

अनुत्पन्नप्रजायास्तु पतिः प्रेयात्‌यदि स्त्रीयां ।
नियुक्तागुरुभिर्गच्छेदेवरं पुत्रकाम्यया ॥

ನಾರದ ಸ್ಮೃತಿ– ಅ. 12. ಶ್ಲೋಕ 89

(ಒಂದು ವೇಳೆ ಒಬ್ಬಾಕೆಯ ಪತಿಯು ಮೃತಪಟ್ಟಲ್ಲಿ ಅಥವಾ ಅವಳು ಸಂತಾನಹೀನಳಾಗಿದ್ದರೆ ಅಂಥವಳಿಗೆ ಹಿರಿಯರ ಆಜ್ಞೆಯಂತೆ ದೇವರ (ದ್ವಿತೀಯ ವರ)ನೊಂದಿಗೆ ನಿಯೋಗ ಮಾಡಿಕೊಳ್ಳತಕ್ಕದ್ದು.)

ವಿಧವಾ ವಿವಾಹ ಶಾಸ್ತ್ರ ವಿರುದ್ಧವಲ್ಲ ಎಂಬುದಕ್ಕೆ ವೇದಗಳಲ್ಲಿ ಬ್ರಹ್ಮಪುರಾಣ, ಅಗ್ನಿಪುರಾಣ, ಬೋಧಾಯನ ಶಾಸ್ತ್ರ ಹಾಗೂ ನಾರದಸಂಹಿತೆಗಳಲ್ಲಿ, ಪರಾಶರ ಸ್ಮೃತಿಗಳಲ್ಲಿ ಆಧಾರಗಳಿವೆ. ವೇದ, ಪುರಾಣ ಹಾಗೂ ಸ್ಮೃತಿಗಳನ್ನು ಕೂಲಂಕಶವಾಗಿ ಅಧ್ಯಯನ ಮಾಡಿ ನೋಡಿದರೆ ವಿಧವಾ ವಿವಾಹವು ತ್ಯಾಜ್ಯವೆಂದಾಗಲೀ, ನಿಷಿದ್ಧವೆಂದಾಗಲೀ ಹೇಳಲು ಬರುವುದಿಲ್ಲ.

ಆದರೆ ತಾವು ವೇದಶಾಸ್ತ್ರ ಪಾರಂಗತರು, ಹವ್ಯಕವ್ಯ ಸಮಾಧಿನರು, ಧರ್ಮಸೂಕ್ಷ್ಮ ಅರಿತವರು ಎಂದುಕೊಳ್ಳುತ್ತಿದ್ದ ಬ್ರಾಹ್ಮಣರು, ವೇದ ಪ್ರಣೀತವಾದ ಶಾಸ್ತ್ರಕ್ಕೆ ವಿರೋಧವಿಲ್ಲದಿದ್ದರೂ ವಿಧವಾ ವಿವಾಹವನ್ನು ಪುರಸ್ಕರಿಸದೆ, ಕುರುಡು ನಂಬಿಕೆಯನ್ನೇ ಸಂಪ್ರದಾಯ, ಶಾಸ್ತ್ರ ಎಂದು ಅನುಸರಿಸಿ ವಿಧವೆಯರನ್ನು ಶೋಷಿಸಿದರು ಎಂಬುದನ್ನು ಅಲ್ಲಗಳೆಯಲು ಸಾಧ್ಯವಿಲ್ಲ.

ತಾವು ವೇದಶಾಸ್ತ್ರ ಪಾರಂಗತರು, ಹವ್ಯಕವ್ಯ ಸಮಾಧಿನರು, ಧರ್ಮಸೂಕ್ಷ್ಮ ಅರಿತವರು ಎಂದುಕೊಳ್ಳುತ್ತಿದ್ದ ಬ್ರಾಹ್ಮಣರು, ವೇದ ಪ್ರಣೀತವಾದ ಶಾಸ್ತ್ರಕ್ಕೆ ವಿರೋಧವಿಲ್ಲದಿದ್ದರೂ ವಿಧವಾ ವಿವಾಹವನ್ನು ಪುರಸ್ಕರಿಸದೆ, ವಿಧವೆಯರನ್ನು ಹಿಂಸಿಸಿದರು ಎಂಬುದಕ್ಕೆ ಆಧಾರವಾಗಿ ಎಷ್ಟೋ ಶ್ಲೋಕಗಳು ವೇದಗಳಲ್ಲಿ ಬ್ರಹ್ಮಪುರಾಣ, ಅಗ್ನಿಪುರಾಣ, ಬೋಧಾಯನ ಶಾಸ್ತ್ರ ಹಾಗೂ ನಾರದಸಂಹಿತೆಗಳಲ್ಲಿ ದೊರೆಯುತ್ತದೆ. ವೇದ, ಪುರಾಣ ಹಾಗೂ ಸ್ಮೃತಿಗಳನ್ನು ಕೂಲಂಕಶವಾಗಿ ಅಧ್ಯಯನ ಮಾಡಿ ನೋಡಿದರೆ ವಿಧವಾ ವಿವಾಹವು ತ್ಯಾಜ್ಯವೆಂದಾಗಲೀ, ನಿಷಿದ್ಧವೆಂದಾಗಲೀ ತೋರುವುದಿಲ್ಲ. ಆದರೆ ಕುರುಡುನಂಬಿಕೆಯನ್ನೇ ಸಂಪ್ರದಾಯ, ಶಾಸ್ತ್ರ ಎಂದು ನಂಬಿದವರಿಂದ ವಿಧವಾ ವಿವಾಹವನ್ನು ವಿರೋಧಿಸುವ ಮಾತು ಕೇಳಿಬರುತ್ತದೆ.

ಮಾಲೇರು

ಬಾಲವಿಧವೆಯರು ನಿಸರ್ಗ ಸಹಜವಾದ ದೈಹಿಕ ಕಾಮನೆ ಅಥವಾ ಮೋಸ, ಬಲಾತ್ಕಾರಕ್ಕೊಳಪಟ್ಟು ಗರ್ಭ ಧರಿಸಿದರೆ ಗುರುಮಠಗಳ ಸೂಚನೆಯಂತೆ ಸಮಾಜ ಅವರನ್ನು ಬಹಿಷ್ಕರಿಸಿ, ಜಾತಿಯಿಂದ ಹೊರಗಿಡುತ್ತಿತ್ತು. ಕುಟುಂಬದವರು

ಅವಳು ಸತ್ತವಳು ಎಂದು ಪರಿಗಣಿಸಿ, ಅವಳಿಗೆ ಘಟಶ್ರಾದ್ಧ ಮಾಡಿ, ಸೂತಕ ಕಳೆದುಕೊಳ್ಳುತ್ತಿದ್ದರು.

ಜಾತಿಭ್ರಷ್ಟತೆಯ ಶಿಕ್ಷೆಗೆ ಗುರಿಯಾದ, ವಿಧವೆಯರಿಗೆ ಹುಟ್ಟಿದ ಸಂತತಿಯು ಸಹ ಸಮಾಜಬಾಹಿರರಾಗಿ ಬಹಿಷ್ಕಾರದ ಬೇಗೆಯಿಂದ ಬಳಲಬೇಕಾಗಿತ್ತು. ಹೀಗೆ ಬಹಿಷ್ಕೃತರಾದ ಗುಂಪು ಬೆಳೆದು ಮಾಲೇರು ಎಂಬ ಹೊಸ ಜಾತಿ ಸೃಷ್ಟಿಯಾಯಿತು. ಅವರು ಊರ ಹೊರಗೆ ಗುಡಿಸಲು ಕಟ್ಟಿಕೊಂಡು ವಾಸವಾಗಿರಬೇಕಿತ್ತು.

ಮಾಲೇರ ಹೆಣ್ಣುಮಕ್ಕಳಿಗೆ ಲಗ್ನ ಮಾಡುವಂತಿರಲಿಲ್ಲ. ದೇವರಿಗೆ ಧಾರೆ ಎರೆಯುವ ಪದ್ಧತಿ ಇತ್ತು. ಈ ಹೆಣ್ಣುಮಕ್ಕಳು ಸಾರ್ವಜನಿಕ ಬಳಕೆಯ ವಸ್ತುವಾಗಿದ್ದರು. ಪಟೇಲ, ಶ್ಯಾನುಬೋಗ ಮೊದಲಾದವರ ತೆವಲಿಗೆ ಇವರು ತುತ್ತಾಗುತ್ತಿದ್ದರು. ಕೆಲವು ಪತಿವ್ರತಾ ಸ್ತ್ರೀಯರು ತಮ್ಮ ಮುಟ್ಟು, ಬಸಿರು ಬಾಣಂತನದಲ್ಲಿ ತಮ್ಮ ಗಂಡನಿಗೆ ಮಾಲೇರ ಹೆಂಗಸರ ಸಂಪರ್ಕ ವ್ಯವಸ್ಥೆಯನ್ನು ತಾವೇ ಮಾಡಿಕೊಡುತ್ತಿದ್ದರು.

ಮಾಲೇರ ಜನಾಂಗ ಬ್ರಾಹ್ಮಣರಿಗೆ ಮಾತ್ರ ಬಹಿಷ್ಕೃತರಾಗಿರಲಿಲ್ಲ. ಸಮಾಜದ ಎಲ್ಲಾ ಜಾತಿಯವರು ಅವರನ್ನು ಕೀಳಾಗಿ ಕಾಣುತ್ತಿದ್ದರು. ಮಾಲೇರ ಮನೆಗೆ ಕ್ಷೌರಿಕರು, ಸಂಭಾವನೆಗಾಗಿ ಬರುತ್ತಿದ್ದ ವಾಲಗದವರೂ ಬರುತ್ತಿರಲಿಲ್ಲ. ಇವರು ಮುಟ್ಟಿದ ಸುಣ್ಣವನ್ನು, ನೀರನ್ನು ಒಕ್ಕಲಿಗರೂ ಮುಟ್ಟುತ್ತಿರಲಿಲ್ಲ.

ಮಾಲೇರ ಗಂಡು ಮಕ್ಕಳು ಒಪ್ಪೊತ್ತಿನ ಕೂಳು, ವರ್ಷಕ್ಕೆ ಒಂದು ಜೊತೆ ಬಟ್ಟೆಗಾಗಿ ಶ್ರೀಮಂತ ಬ್ರಾಹ್ಮಣರ ಮನೆಯಲ್ಲಿ ಕೆಲಸ ಮಾಡಬೇಕಿತ್ತು. ಅವರಿಗೆ ಕೂರಿಸಿ ಊಟ ಬಡಿಸುತ್ತಿರಲಿಲ್ಲ. ಅನ್ನ ಸಾರುಗಳನ್ನು ಹಾಳೆಯ ಕೊಟ್ಟೆಯಲ್ಲಿ ತೆಗೆದುಕೊಂಡು ಮನೆಯ ಚಿಟ್ಟೆಯಲ್ಲಿ ಕೂತು ಉಣ್ಣಬೇಕಿತ್ತು.

ಹೆಣ್ಣುಮಕ್ಕಳು ಬ್ರಾಹ್ಮಣರ ಮನೆಯ ಕಸ ಮುಸುರೆ, ಅಡಿಕೆ ಸುಲಿಯುವುದು, ತೋಟದ ಕಳೆ ತೆಗೆಯುವುದು, ಉದುರಡಿಕೆ ಹೆಕ್ಕುವುದು ಮಾಡುತ್ತಿದ್ದರು. ಅವರಿಗೆ ಕೊಡುವ ಕೂಲಿ ನಗಣ್ಯವಾಗಿತ್ತು.

ಸರಕಾರ ಮಾಲೇರರನ್ನು ಪ್ರತ್ಯೇಕ ಜಾತಿಯಾಗಿ ಗುರುತಿಸಿತ್ತು. ಸರಕಾರದ ಪರಿಪತ್ರದಲ್ಲಿ ಬ್ರಾಹ್ಮಣ ವಿಧವೆಗೆ ಬ್ರಾಹ್ಮಣರಿಂದಲೇ ಮಕ್ಕಳಾದರೆ ಗೋಲಕರೆಂದೂ, ಉಳಿದ ಮೇಲ್ವರ್ಗದವರಿಂದಾದ ಸಂತತಿಗೆ ಮಾಲೇರು ಎಂದೂ, ಕೀಳು ಜನಾಂಗದವರಿಂದಾದ ಮಕ್ಕಳಿಗೆ ಗೌಡ್ತಿ ಎಂದೂ ವಿವರಿಸಿದೆ.

1881ರ ಜನಗಣತಿಯ ಪ್ರಕಾರ ಮಾಲೇರ ಜನಸಂಖ್ಯೆ ಸುಮಾರು 1500 ಇದ್ದು, ವಾಸ ಪ್ರದೇಶ ಕಾಡು, ಉದ್ಯೋಗ–ವ್ಯವಸಾಯ, ಕೂಲಿ ಎಂದು ದಾಖಲಿಸಲಾಗಿದೆ. 158 ಜನರನ್ನು ದೇವಸ್ಥಾನದ ಊಳಿಗದಲ್ಲಿ ತೊಡಗಿದ್ದವರೆಂದು ದಾಖಲಿಸಲಾಗಿದೆ.

1950ರಲ್ಲಿ ಭಾರತ ಸರ್ಕಾರದವರು 1901ರ ಜನಗಣತಿಯ ಜಾತಿವಾರು ಪಟ್ಟಿಯನ್ನು ಆಧರಿಸಿ ಹಸಲರು, ಇರುಳಿಗ, ಕಾಡುಕುರುಬ, ಜೇನುಕುರುಬ, ಮಾಲೇರು, ಸೋಲಿಗರು–ಈ 6 ಜಾತಿಗಳನ್ನು ಪರಿಶಿಷ್ಟ ಜಾತಿ ವರ್ಗವೆಂದು ಘೋಷಿಸಿದೆ.

ಕಾನೂನು ಹಾಗೂ ವಿಧವಾ ವಿವಾಹ

ವಿಧವೆಯರ ಪುನರ್ ವಿವಾಹ ದಂಡಾರ್ಹ ಅಪರಾಧವಾಗಿತ್ತು. ವಿಧವೆಯರು ವಿವಾಹವಾಗ ಬಯಸಿದರೆ, ವಿವಾಹವಾದರೆ ಸರಕಾರದಿಂದ ದಂಡನೆ, ವಿಧವಾ ವಿವಾಹ ಮಾಡಿಕೊಟ್ಟರೆ ಆರು ತಿಂಗಳ ಕಾರಾಗೃಹ ಶಿಕ್ಷೆ ಹಾಗೂ ವಿಧವೆಯರ ಮಕ್ಕಳಿಗೆ ಯಾವ ಹಕ್ಕೂ ಇಲ್ಲ ಎಂಬ ಅಭಿಪ್ರಾಯ ಜನಸಾಮಾನ್ಯರಲ್ಲಿತ್ತು. ಕ್ರಿ.ಶ.1856ರ ಹೊತ್ತಿಗೆ ಪಂಡಿತ ಈಶ್ವರಚಂದ್ರ ವಿದ್ಯಾಸಾಗರರ ಪ್ರಯತ್ನದಿಂದ ಬ್ರಿಟಿಷ್ ಸರಕಾರ ಒಂದು ಕಾನೂನನ್ನು ಮಂಜೂರು ಮಾಡಿತು. ಈ ಕಾನೂನಿಗೆ `The Hindu Widows Remarriage Act 1856' ಎಂದು ಹೆಸರು. ಈ ಕಾಯ್ದೆಯನ್ನು ಅಸ್ತಿತ್ವಕ್ಕೆ ತರಲು ಪಂಡಿತ ವಿದ್ಯಾಸಾಗರರು 27 ವರ್ಷಗಳ ಕಾಲ ನಿರಂತರವಾಗಿ ಪರಿಶ್ರಮಿಸಿದರು. ಇದು ವಿಧವೆಯರ ಉದ್ಧಾರದ ಮಹತ್ವದ ಹೆಜ್ಜೆಯಾಗಿತ್ತು. ಈ ಕಾನೂನಿನ ಪ್ರಕಾರ ವಿಧವೆಯು ಪುನರ್ವಿವಾಹವಾದರೆ ಆಕೆ ತನ್ನ ಮೃತ ಪತಿಯ ಆಸ್ತಿಯ ಮೇಲಿನ ಹಕ್ಕನ್ನು ಕಳೆದುಕೊಳ್ಳುತ್ತಿದ್ದಳು.

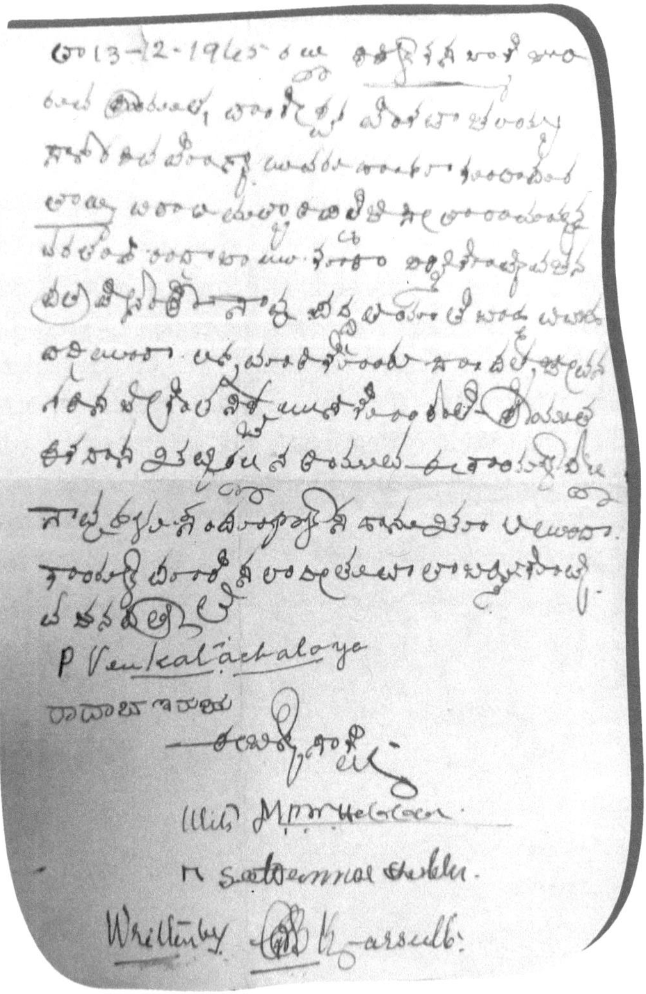

ಆಕದಾಸ ದಂಪತಿಗಳು ನಡೆಸುತ್ತಿದ್ದ ವಿಧವಾ ವಿವಾಹ
ಆಂದೋಲನದಲ್ಲಿ ಮದುವೆ ಮಾಡಿಕೊಳ್ಳುವ ಮುನ್ನ
ವಧು–ವರ ಬರೆದುಕೊಟ್ಟಿರುವ ಪ್ರಮಾಣ ವಚನ

ಸಮಾಜ ಸುಧಾರಣೆಯ ಗಾಳಿ

ಸನಾತನ ಹಿಂದೂ ಧರ್ಮದ ಹೆಸರಲ್ಲಿ ಭಾರತೀಯ ಸಮಾಜದಲ್ಲಿ ಸ್ತ್ರೀಯರ ಮೇಲಾಗುತ್ತಿರುವ ಅನ್ಯಾಯ ನಿವಾರಣೆಯ ಯತ್ನ ಪಂಡಿತ ಈಶ್ವರ ಚಂದ್ರ ವಿದ್ಯಾ ಸಾಗರ, ಆರ್ಯ ಸಮಾಜದ ಸಂಸ್ಥಾಪಕ ಸ್ವಾಮಿ ದಯಾನಂದ ಮೊದಲಾದವರಿಂದ ಪ್ರಾರಂಭಗೊಂಡಿತು. ಸುಧಾರಣಾವಾದಿಗಳು ವೈಚಾರಿಕ ನೆಲೆಗಟ್ಟಿನಲ್ಲಿ ಮಹಿಳೆಯರ ಬಗ್ಗೆ ಉದಾರ ಧೋರಣೆ ತಳೆದು ಸ್ತ್ರೀಯರ ಶಿಕ್ಷಣ, ಬಾಲ್ಯವಿವಾಹ, ವಿಧವಾ ವಿವಾಹದಂತಹ ಸಮಸ್ಯೆಗಳನ್ನು ಚರ್ಚಿಸಿ ಸುಧಾರಣೆಗೆ ಪ್ರಯತ್ನಿಸಿದರು. ಈ ಹಂತದಲ್ಲಿ 1869ರಲ್ಲಿ ಮುಂಬೈನಲ್ಲಿ ಒಂದು ವಿಧವಾ ವಿವಾಹ ನಡೆದು, ವಿರೋಧ ಪ್ರಕಟವಾಯಿತು. ಸನಾತನಿಗಳ ವಿರೋಧದ ತೀವ್ರತೆಯಿಂದ ಸುಧಾರಣಾವಾದಿಗಳು ಬಲಹೀನರಾದರು.

ಸಮಾಜ ಸುಧಾರಣೆಯನ್ನು ಉಪದೇಶದ ಬದಲು ವಾಸ್ತವವಾಗಿ ಮಾಡಲು ಪಣತೊಟ್ಟ ದೋಂಡೋ ಕೇಶವ ಕರ್ವೆಯವರು ರತ್ನಗಿರಿ ಜಿಲ್ಲೆಯ ದೇವರಕಾ ಗ್ರಾಮದ ಬಾಲಕೃಷ್ಣ ಜೋಶಿ ಎಂಬ ಕರ್ಮಠ ಬ್ರಾಹ್ಮಣ ಗೃಹಸ್ಥನ ಮಗಳು ಆನಂದಿಬಾಯಿ ಎಂಬ ಬಾಲವಿಧವೆಯನ್ನು ಕುಟುಂಬದವರ ವಿರೋಧದ ನಡುವೆಯೇ ವಿವಾಹವಾದರು. ವಿಧವೆಯರ ಸಂಕಷ್ಟ ಪರಿಹಾರಕ್ಕಾಗಿ 1893ರಲ್ಲಿ ವಾರ್ಧಾದಲ್ಲಿ ವಿಧವಾ ವಿವಾಹ ಸಂಘವನ್ನು ಸ್ಥಾಪಿಸಿದರು. ತಮ್ಮ ಹೆಂಡತಿಯ ತಂಗಿ ಪಾರ್ವತಿಬಾಯಿ ಅಠಾವಲೆ ಎಂಬ ವಿಧವೆಯನ್ನು ವಿದ್ಯಾಭ್ಯಾಸ ಕಲಿಯಲು ಪ್ರೇರೇಪಿಸಿದರು. ವಿದ್ಯೆಯಿಂದ ಪುನರ್ಜನ್ಮ ಪಡೆದ ಆಕೆ ಹಿಂದೂ ವಿಧವೆಯರ ವಿಪನ್ನಾವಸ್ಥೆ ಪರಿಹರಿಸುವ ಕರ್ವೆಯವರ ಕನಸನ್ನು ಸಾಕಾರಗೊಳಿಸಿದರು.

ಊರೂರು ತಿರುಗಿ ಸಭೆ ಸೇರಿಸಿ ವಿಧವೆಯರ ಗೋಳನ್ನು ಬಣ್ಣಿಸಿ ಆಶ್ರಮಕ್ಕೆ ಅಗತ್ಯವಾದ ಹಣ ಸಂಗ್ರಹಿಸಿದರು. 'ಮಡಿ ಹೆಂಗಸಿನ ಭಾಷಣ' ಎಂದು ವ್ಯಂಗ್ಯವಾಗಿ ಆಡಿಕೊಳ್ಳುತ್ತಿದ್ದವರೂ ಸಹ ಅವರ ಮಾತುಗಳನ್ನು ಕೇಳಿದ ಮೇಲೆ ಅವರ ನೆರವಿಗೆ ಧಾವಿಸುತ್ತಿದ್ದದ್ದು ಆ ಕಾಲದ ಅಚ್ಚರಿಯ ಬೆಳವಣಿಗೆಯಾಗಿತ್ತು. ಅವರು ದೇಶಾದ್ಯಂತವಲ್ಲದೆ, ಅಮೆರಿಕಕ್ಕೂ ತೆರಳಿ ಆಶ್ರಮಕ್ಕೆ ನಿಧಿ ಸಂಗ್ರಹಿಸಿದರು.

ನಂತರದ ಬೆಳವಣಿಗೆಯಲ್ಲಿ ಅನೇಕ ಸಮಾಜ ಸುಧಾರಕರಿಂದ ವಿಧವಾ ಪುನರ್ವಿವಾಹ ಸಂಸ್ಥೆಗಳು ಹುಟ್ಟಿಕೊಂಡವು.

ವಿಧವೆಯರ ಉದ್ಧಾರದ ಮಹತ್ವದ ಹೆಜ್ಜೆಗಳು

ಬಾಲವಿಧವೆಯರ ನಿರಂತರ ಶೋಷಣೆಗೆ ಬಾಲ್ಯವಿವಾಹವೇ ಮೂಲ ಕಾರಣವೆಂದು ಗ್ರಹಿಸಿದ ಸುಧಾರಣಾವಾದಿಗಳು ಬಾಲ್ಯವಿವಾಹ ಪದ್ಧತಿ ಸಂಪೂರ್ಣ ನಶಿಸಬೇಕು ಎಂದು ಧ್ವನಿ ಎತ್ತಿದರು.

ಬಾಲ್ಯವಿವಾಹವನ್ನು ನಿಷೇಧಿಸುವ ಮೊದಲ ಪ್ರಯತ್ನವಾಗಿ, ಬ್ರಿಟಿಷ್ ಸರಕಾರ 1873ರಲ್ಲಿ ಹುಡುಗಿಗೆ 14 ವರ್ಷ ಹುಡುಗರಿಗೆ 18 ವರ್ಷ ಮದುವೆಯ ವಯಸ್ಸಾಗಿ ನಿರ್ಧರಿಸಿ ಕಾನೂನು ರೂಪಿಸಿತು. ಆದರೆ ಇದಕ್ಕೆ ಬಲವಾದ ವಿರೋಧ ವ್ಯಕ್ತವಾಯಿತು. ಭದ್ರತೆ ಹಾಗೂ ನೈತಿಕತೆಯ ದೃಷ್ಟಿಯಿಂದ ಚಿಕ್ಕಪ್ರಾಯದಲ್ಲಿ ಮಕ್ಕಳಿಗೆ ಮದುವೆ ಮಾಡುವುದು ಅಗತ್ಯ ಎಂದು ಸನಾತನಿಗಳು ವಾದಿಸಿದರು. ಇದರಿಂದಾಗಿ ಕಾನೂನು ಅನುಷ್ಠಾನಗೊಳಿಸಲು ಸಾಧ್ಯವೇ ಆಗಲಿಲ್ಲ.

ದೇಶಿಯ ಅರಸರೂ ಬಾಲ್ಯವಿವಾಹ ತಡೆಯುವ ನಿಟ್ಟಿನಲ್ಲಿ ಪ್ರಯತ್ನಿಸಿದರು. ಬರೋಡಾದ ಮಹಾರಾಜರು ಹೆಣ್ಣುಮಕ್ಕಳ ಮದುವೆ ವಯಸ್ಸನ್ನು 12ಕ್ಕೂ, ಹುಡುಗರ ವಯಸ್ಸನ್ನು 16ಕ್ಕೂ ನಿಗದಿಪಡಿಸುವ ಸಾಹಸ ಮಾಡಿದರು. ಬಾಲ್ಯವಿವಾಹವನ್ನು ತಡೆಗಟ್ಟಲು ಕೋಟಿ, ಗೊಂಡ, ಭರತಪುರ, ಕಾಶ್ಮೀರ ಮೊದಲಾದ ರಾಜ್ಯಗಳು ಕ್ರಮೇಣ ಕ್ರಮ ಕೈಗೊಂಡವು. ಮೈಸೂರು ಸಂಸ್ಥಾನದಲ್ಲಿ ಪ್ರಜಾಪ್ರತಿನಿಧಿ ಸಭೆಯ ಸದಸ್ಯೆಯಾಗಿದ್ದ, ಬಾಲವಿಧವೆಯೂ ಆಗಿದ್ದ ಕೊಡಗಿನ ಸಾಕಮ್ಮ ಬಾಲ್ಯವಿವಾಹ ನಿಷೇಧ ಹಾಗೂ ವಿಧವಾ ವಿವಾಹವನ್ನು ಪ್ರತಿಪಾದಿಸಿದರು.

ವಿಧವಾ ವಿವಾಹವನ್ನು ವಿರೋಧಿಸಲು ಸನಾತನಿಗಳು ನೀಡುತ್ತಿರುವ ಶಾಸ್ತ್ರಾಧಾರಗಳಲ್ಲಿನ ವಿರೋಧಾಭಾಸವನ್ನು ಗುರುತಿಸಿದ ಜರ್ಮನ್ ಪಂಡಿತ ಮ್ಯಾಕ್ಸಮುಲ್ಲರ್ ವೇದ, ಸ್ಮೃತಿಗಳನ್ನು ಅಧ್ಯಯನ ಮಾಡಿ ವಿವಾಹ ಬಂಧನ ಕ್ಕೊಳಗಾಗುವ ಮುನ್ನ ಗೃಹಸ್ಥನಾಗಿರಬೇಕು (24 ವರ್ಷದ ತರುಣ) ಹಾಗೂ ವಧು ಸಂತಾನ ಧಾರಣೆ ಮಾಡುವಷ್ಟು ಸಾಮರ್ಥ್ಯ ಹೊಂದಿರಬೇಕು ಎಂಬ ಮನು ಮುನಿಯ ಸ್ಮೃತಿ ವಾಕ್ಯವನ್ನು ತೋರಿಸಿದರು.

1922ರಲ್ಲಿ ಭಕ್ಷಿ ಸೋಹನಲಾಲ್ ಎಂಬವರು ವಿವಾಹ ಸಮ್ಮತ ವಯಸ್ಸನ್ನು 14 ವರ್ಷಕ್ಕೆ ನಿಗದಿಪಡಿಸುವ ಮಸೂದೆ ಮುಂದಿಟ್ಟರೆ, ಸರಕಾರ ಅತ್ತ ಗಮನ ಹರಿಸಲಿಲ್ಲ. ಆದರೆ ಮತ್ತೆ ಮತ್ತೆ ಇದೇ ವಿಷಯವನ್ನು 1924ರಲ್ಲಿ 1925 ಹಾಗೂ 1927ರಲ್ಲಿ ಸರಕಾರದ ಗಮನಕ್ಕೆ ತಂದಾಗ 1928ರಲ್ಲಿ ರಾಯ್ ಸಾಹೇಬ್ ಹರಬಿಲಾಸ್ ಶಾರದಾ ಹಾಗೂ ಹರಿಸಿಂಗ್ ಗೌರ್ ನೇತೃತ್ವದ ಆಯೋಗವನ್ನು ನೇಮಿಸಿತು. ಈ ಆಯೋಗವು ದೇಶದ ತುಂಬೆಲ್ಲ ಸಂಚರಿಸಿ ವಿವಾಹದ ವಯಸ್ಸನ್ನು ನಿರ್ಧರಿಸುವ ಬಗ್ಗೆ ಅಭಿಪ್ರಾಯ ಸಂಗ್ರಹಿಸಿತು. ಆಯೋಗದ ಶಿಫಾರಸಿನ ಮೇರೆಗೆ ಕೇಂದ್ರ ಶಾಸನ ಸಭೆಯು 1928-29ರ ಅವಧಿಯ ಅಧಿವೇಶನದಲ್ಲಿ ವಿವಾಹ ಸಮ್ಮತ ವಯಸ್ಸಿನ (Age of consent) ಕಾನೂನು ರೂಪಿಸಿತು. 'ಶಾರದಾ ಕಾನೂನು' ಎಂದು ಜನಜನಿತವಾದ ಕಾನೂನು 1929ರಲ್ಲಿ ಅನುಷ್ಠಾನಗೊಂಡಿದ್ದು ಮಹಿಳೆಯರ ಮೊದಲ ಗೆಲುವಾಗಿತ್ತು. ಈ ಕಾನೂನಿನ ಪ್ರಕಾರ ಹುಡುಗಿಯರ ವಿವಾಹದ ವಯಸ್ಸು 14 ವರ್ಷಕ್ಕೂ, ಹುಡುಗರ ವಯಸ್ಸು 18 ವರ್ಷಕ್ಕೂ ನಿಗದಿಯಾಯಿತು. ಆದರೆ ಗ್ರಾಮಾಂತರ ಪ್ರದೇಶಗಳಲ್ಲಿ, ಹಳ್ಳಿಗಾಡಿನಲ್ಲಿ ಈ ಕಾನೂನನ್ನು ಉಲ್ಲಂಘಿಸಿ ಎಷ್ಟೋ ವಿವಾಹಗಳು ನಡೆದವು. ಆದರೆ ಮಲೆನಾಡಿನ ದೂರ ದೂರದ ತೀರಾ ಒಳನಾಡ ಭಾಗಗಳಲ್ಲಿ ಈ ಕಾನೂನಿನ ಬಗೆಗೆ ತಿಳುವಳಿಕೆ ಮೂಡಲು ಹಲವು ವರ್ಷಗಳೇ ಬೇಕಾದವು. ಕಾನೂನಿನ ಕಣ್ಣುತಪ್ಪಿಸಿ ಅಲ್ಲೊಂದು ಇಲ್ಲೊಂದು ವಿವಾಹಗಳು ನಡೆಯುತ್ತಲೇ ಇದ್ದವು. ಆದರೆ ಕಾಲಕ್ರಮೇಣ ಈ ಕಾನೂನಿನಿಂದ ಬಹುತೇಕ ಬಾಲ್ಯವಿವಾಹಗಳು ನಿಂತು ಹೋದವು

ಮದ್ರಾಸ್ ಲೆಜಿಸ್ಲೇಟಿವ್ ಕೌನ್ಸಿಲ್ ಹುಡುಗಿಯರ ವಯಸ್ಸು 16 ಹಾಗೂ ಹುಡುಗರ ವಯಸ್ಸು 24 ಎಂದು ಗೊತ್ತುಪಡಿಸುವಲ್ಲಿ ಮುಖ್ಯಪಾತ್ರ ವಹಿಸಿದವರು ಡಾ. ಮುತ್ತುಲಕ್ಷ್ಮೀರೆಡ್ಡಿಯವರು. ಮಹಿಳಾ ವಿದ್ಯಾಭ್ಯಾಸದ ದೃಷ್ಟಿಯಿಂದ ವಿವಾಹದ ವಯಸ್ಸಿನ ಮಿತಿ ಹೇರಿಕೆ ಅಗತ್ಯವೆಂದೂ ಅವರು ಸಾಧಿಸಿದರು.

ಕಾಲಕ್ರಮೇಣ ಸ್ತ್ರೀ-ಪುರುಷರಲ್ಲಿ ಕೆಲಮಟ್ಟಿಗೆ ಅರಿವುಂಟಾಗಿ ವಿವಾಹ ಸಮ್ಮತ ವಯಸ್ಸು ಹೆಚ್ಚಿತು. ವಿಧವೆಯರ ಉದ್ಧಾರ, ಮಹಿಳಾ ವಿದ್ಯಾಭ್ಯಾಸ ಮೊದಲಾದವುಗಳಿಗೆ ಮಹಾರಾಷ್ಟ್ರ, ಬಂಗಾಲ, ಕಾಶ್ಮೀರಗಳಲ್ಲೆಲ್ಲ ಅಸಂಖ್ಯಾತ ಯುವ ಸ್ವಯಂ ಸೇವಕರು ಮುಂದಾಗತೊಡಗಿದರು. ಈ ಆಂದೋಲನ ಕ್ರಮೇಣ ಆಂಧ್ರ ಹಾಗೂ ಗುಜರಾತುಗಳಿಗೂ ಹರಡಿತು. ವಿಧವೆಯರಿಗೆ ಶಿಕ್ಷಣ ನೀಡುವ ತರಬೇತಿ ಶಾಲೆಗಳು ಸ್ಥಾಪನೆಗೊಳ್ಳತೊಡಗಿದ್ದು ವಿಧವೆಯರ ಉದ್ಧಾರದ ಮಹತ್ವದ ಸಂಗತಿ ಎನ್ನಬೇಕು.

ಅಕದಾಸ ಗಣಪತಿ ಭಟ್ಟರು

ಅಕದಾಸ ಗಣಪತಿ ಭಟ್ಟರು

ಹವ್ಯಕ ಬ್ರಾಹ್ಮಣ ಸಮಾಜದಲ್ಲಿ ಬಾಲವಿಧವೆಯರ ದುಸ್ಥಿತಿಗೆ ಮರುಗಿ ಅದರ ನಿವಾರಣೆಗೆ ದಿಟ್ಟ ಹೆಜ್ಜೆ ಇಟ್ಟು ಪರಿಶ್ರಮಿಸಿದ ಅಕದಾಸ ಗಣಪತಿಭಟ್ಟರು ಶಿರಸಿಯ ಗಣ್ಯ ಅಡಿಕೆ ವ್ಯಾಪಾರಿಗಳು.

ಶಿರಸಿ ಸಮೀಪದ ಅಗಸಾಲ ಎಂಬ ಹಳ್ಳಿಯಿಂದ ತಂದೆಯ ಕಾಲದಲ್ಲಿ ವ್ಯಾಪಾರ ಸಂಬಂಧ ಪಟ್ಟಣಕ್ಕೆ ಬಂದು ನೆಲೆಸಿದ್ದರು. 'ಅಗಸಾಲ ಭಟ್ಟರು' ಎಂಬ ಹೆಸರು ಜನರ ಬಾಯಿಂದ ರೂಪಾಂತರಗೊಂಡು 'ಅಕದಾಸ ಭಟ್ಟರು' ಎಂದು ಪ್ರಚಲಿತದಲ್ಲಿ ರೂಢಿಯಾಯಿತು.

ಭಟ್ಟರು ಉನ್ನತ ಶಿಕ್ಷಣ ಪಡೆದವರಲ್ಲ. ಪರೋಪಕಾರ ಬುದ್ಧಿ ಹಾಗೂ ಜನಸಾಮಾನ್ಯರ ಕಷ್ಟ-ನಷ್ಟಗಳಿಗೆ ಸ್ಪಂದಿಸುವ ಸೂಕ್ಷ್ಮ ಸಂವೇದನಾಶೀಲತೆ ಅವರಿಗೆ ರಕ್ತಗತವಾಗಿತ್ತು. ಹೊಸ ಹೊಸ ವಿಚಾರಗಳನ್ನು ತೂಗಿ ನೋಡುವ ಪ್ರಬುದ್ಧ ಚಿಂತಕರಾಗಿದ್ದರು. ಬ್ರಿಟಿಷ್ ಆಡಳಿತದ ವಿರೋಧಿಗಳಾಗಿ, ಸ್ವರಾಜ್ಯ ಪ್ರತಿಪಾದಕರಾಗಿದ್ದರು. ಸಾಮಾನು ಸರಂಜಾಮು ಸಾಗಿಸಲು ಸಂತೆಗೆ ಬಂದ

ಹಳ್ಳಿಯ ಗಾಡಿಗಳನ್ನು ಬ್ರಿಟಿಷ್ ಸಿಪಾಯಿಗಳು ತಮ್ಮ ಕೆಲಸಕ್ಕೆ ಬಲಾತ್ಕಾರದಿಂದ ಒಯ್ಯುತ್ತಿದ್ದರು. ಎತ್ತಿಗೆ ನೀರು, ಹುಲ್ಲು, ಗಾಡಿಯವನಿಗೆ ಸಂಬಳ ನೀಡದೆ ಬಿಟ್ಟಿಯಾಗಿ ದುಡಿಸಿಕೊಳ್ಳುವುದು ಅವರಿಗೆ ಕರಗತವಾಗಿತ್ತು. ಅಧಿಕಾರಿಗಳಿಗೆ ಬಿಟ್ಟಿಯಾಗಿ ಗಾಡಿ ನೀಡದಿರುವುದು ಮಹಾನ್ ಅಪರಾಧ ಎಂದು ಮುಗ್ಧ ಹಳ್ಳಿಗರು ಭಾವಿಸಿದ್ದರು. ಹುಷಾರಿಲ್ಲದ ಹೆಂಡತಿಗೆ ಔಷಧಿ ತೆಗೆದುಕೊಂಡು ಮನೆಗೆ ತೆರಳುತ್ತಿದ್ದ ರೈತನ ಗಾಡಿಯನ್ನು ತಡೆದು, ಎತ್ತನ್ನು ಹಿಂಸಿಸಿ, ಬೇರೆ ಕಡೆ ಬರಲು ಬಲಾತ್ಕರಿಸುತ್ತಿದ್ದ ಸಿಪಾಯಿಯನ್ನು ಬೆದರಿಸಿ, ರೈತನಿಗೆ ಮನೆಗೆ ಮರಳಲು ಅಕದಾಸ ಗಣಪತಿ ಭಟ್ಟರು ಅನುವು ಮಾಡಿಕೊಟ್ಟಿದ್ದರು. ಸಿಪಾಯಿಯ ದೂರು ಕೇಳಿ ಪಿಸ್ತೂಲು ಗುರಿ ಹಿಡಿದು ಬಂದ ಜಿಲ್ಲಾ ಕಲೆಕ್ಟರನ ಕೈ ತಿರುವು ಬ್ರಿಟಿಷ್ ಅಧಿಕಾರಿಗಳ ದಬ್ಬಾಳಿಕೆಗೆ ಸೆಡ್ಡು ಹೊಡೆದಿದ್ದರು. ಈ ಬಗ್ಗೆ ಅವರ ಮೇಲೆ ರಾಜದ್ರೋಹದ ಆಪಾದನೆ ಹೊರಿಸಲಾಗಿತ್ತು. ಬೊಂಬಾಯಿ ಹೈಕೋರ್ಟಿನಲ್ಲಿ ವಿಚಾರಣೆ ನಡೆದು ಈ ಪ್ರಕರಣದಲ್ಲಿ ಅಕದಾಸರಿಗೆ ಜಯವಾಗಿತ್ತು. ಕೋರ್ಟು ಬಿಟ್ಟಿಯಾಗಿ ಗಾಡಿ ಪಡೆಯುವ ರೂಢಿಗೆ ತಡೆ ನೀಡಿತ್ತು. ಈ ಘಟನೆ 'ಬಿಟ್ಟಿ ಗಾಡಿ ಪ್ರಸಂಗ' ಎಂಬ ಹೆಸರಿನಲ್ಲಿ ದಾಖಲೆಯಾಗಿದೆ.

ತೋಟದ ಬೆಳೆಯ ದರ 1925ರಿಂದಲೇ ಕುಸಿಯತೊಡಗಿತ್ತು. ಮಣಕ್ಕೆ 10 ರೂ.ಗಳಿದ್ದ ಕೆಂಪು ಅಡಿಕೆ ದರ 3 ರೂ.ಗಳಿಗೆ ಕುಸಿದಿತ್ತು. ಶಿರಸಿ-ಸಿದ್ದಾಪುರ ತಾಲೂಕಿನಲ್ಲಿ ಭಾಗಾಯ್ತುದಾರರ ಆರ್ಥಿಕ ಪರಿಸ್ಥಿತಿ ತೀರಾ ಹದಗೆಟ್ಟಿತ್ತು. ಸೊಪ್ಪಿನ ಬೆಟ್ಟದ ಸವಲತ್ತು ನೀಡಿದ ಹಿನ್ನಲೆಯಲ್ಲಿ ಅಡಿಕೆ ತೋಟದ ಮೂಲ ಕಂದಾಯ ಐದು ಪಟ್ಟು ಹೆಚ್ಚಳವಾಗಿತ್ತು. ಜಂಗಲ್ ಖಾತೆಯ ಧೋರಣೆ, ಕೂಲಿಕಾರರ ಅಭಾವ, ಮಲೇರಿಯಾ, ಕಾಡಾನೆ, ಕಾಡುಹಂದಿ, ಕಾಡುಮಂಗಗಳ ಕಾಟ, ಕೊಳೆರೋಗ ಮೊದಲಾದ ಕಾರಣದಿಂದ ಭೂಮಿಯ ಹುಟ್ಟುವಳಿ ಕಡಿಮೆಯಾಗಿತ್ತು. ಕಾಳುಮೆಣಸು, ಏಲಕ್ಕಿ ಖರೀದಿಸುವವರೇ ಇರಲಿಲ್ಲ. ಈ ಹಿನ್ನೆಲೆಯಲ್ಲಿ ಅಡಿಕೆ ಬೆಳೆಗಾರರಾದ ಹವ್ಯಕರ ಸ್ಥಿತಿ ಶೋಚನೀಯವಾಗಿ ಸಾಲದ ಸುಳಿಯಲ್ಲಿ ಸಿಲುಕಿದ್ದರು. ಕೃಷಿ ಅವಲಂಬಿತ ಕೂಲಿಕಾರರಿಗೆ ಕೆಲಸ ನೀಡುತ್ತಿದ್ದ ಅವರೇ ಈ ಸಂಕ್ರಮಣ ಕಾಲದಲ್ಲಿ ಕೂಲಿಕಾರರಿಗಿಂತ ಕನಿಷ್ಟ ಜೀವನ ನಡೆಸುವ ಪರಿಸ್ಥಿತಿಗೊಳಗಾದರು. ಈ ದುರ್ಬಲ ಸನ್ನಿವೇಶವನ್ನು ಕೆಲವು ಹವ್ಯಕ ಶ್ರೀಮಂತರು ಸ್ವಾರ್ಥಕ್ಕೆ ಬಳಸಿಕೊಂಡರು. ಕಂದಾಯ ಬಾಕಿ ಹರಾಜಿನಲ್ಲಿ ಜಮೀನನ್ನು ಅಗ್ಗದಲ್ಲಿ ಖರೀದಿಸಿದರು. ಪಟೇಲ ಶ್ಯಾನುಬೋಗರು ತಮ್ಮ ಗೆಳೆತನವನ್ನು ಬಳಸಿಕೊಂಡು, ಸರಕಾರ ವಶಕ್ಕೆ ಪಡೆದ ಜಮೀನನ್ನು ತಮ್ಮ ಹೆಸರಿಗೆ ಮಂಜೂರು ಮಾಡಿಸಿಕೊಂಡು, ನೂರಾರು ಎಕರೆ ಭೂಮಿಯ ಮಾಲೀಕರಾದರು.

(ಮುಂಬಯಿನಲ್ಲಿ ಕಾಯ್ದೆ ಕೌನ್ಸಿಲ್ ಸದಸ್ಯರಾಗಿದ್ದ ಕರ್ಕಿ ಲಕ್ಷ್ಮೀನಾರಾಯಣ ಭಟ್ಟರು ಶಿರಸಿ-ಸಿದ್ದಾಪುರ ತಾಲೂಕಿನ ಹಳ್ಳಿ ಹಳ್ಳಿಗಳಲ್ಲಿ ಓಡಾಡಿ "ಅಡಿಕೆ ತೋಟಿಗರ ಪರಿಸ್ಥಿತಿ ಅತ್ಯಂತ ಹೀನಾಯವಾಗಿದೆ. ಅಡಿಕೆ ಕೊನೆಗಳಿಗೆ ಕೊಟ್ಟೆ ಕಟ್ಟಿಸಲು ಅವರಲ್ಲಿ ಹಣವಿಲ್ಲ. ಕೆಲ ತೋಟಿಗರಿಗೆ ಊಟದ ಸಾಮಗ್ರಿಯೂ ಇಲ್ಲದೆ ಬಾಳೆಕಾಯಿ, ತಾಳೆಹಿಟ್ಟು, ಹಲಸಿನಬೀಜ ತಿಂದು ಕಾಲಕಳೆಯಬೇಕಾಗಿದೆ" ಎಂಬ ವರದಿಯನ್ನು 18-6-1931ರಲ್ಲಿ ಜಿಲ್ಲಾ ಕಲೆಕ್ಟರಿಗೂ, ರೆವಿನ್ಯು ಮೆಂಬರರಿಗೂ, ಗವರ್ನರರಿಗೂ ಕಳಿಸಿದ್ದರು.)

ಆದರೆ ಆ ಕಾಲದ ಆಗರ್ಭ ಶ್ರೀಮಂತರ ಸಾಲಿನಲ್ಲಿದ್ದ ಅಕದಾಸ ಗಣಪತಿ ಭಟ್ಟರು ತಮ್ಮ ವಖಾರಿಯ ಕುಳುವಾರುಗಳಿಗೆ ನೀಡಿದ್ದ ಮುಂಗಡ ತೀರಿಸಲು ಒತ್ತಾಯಿಸಲಿಲ್ಲ. ಊಟಕ್ಕಿಲ್ಲ ಎಂದು ಬಂದವನನ್ನು ಬರಿಗೈಯಲ್ಲಿ ಕಳಿಸಲಿಲ್ಲ. ಹಿಂದೂ ಸಮಾಜದಲ್ಲಿ ಆಗ ಹೆಚ್ಚಾಗಿದ್ದ ಹಾಗೂ ಅದೆಷ್ಟೋ ಕಾಲದಿಂದ ನಡೆದು ಬಂದಿದ್ದ ಬಾಲ್ಯವಿವಾಹ ಹಾಗೂ ಬಾಲವಿಧವೆಯರ ಸಮಸ್ಯೆಯನ್ನು ಪರಿಹರಿಸಲು ಯತ್ನಿಸುತ್ತಿದ್ದ ಸಮಾಜ ಸುಧಾರಣಾವಾದಿಗಳ ಪ್ರಭಾವಕ್ಕೊಳಗಾಗಿ ಹವ್ಯಕ ಬ್ರಾಹ್ಮಣ ಸಮಾಜದಲ್ಲಿ ಬಾಲವಿಧವೆಯರ ಪುನರ್ವಿವಾಹಕ್ಕೆ ಪ್ರಯತ್ನಿಸಿದರು.

ಮೂಲತಃ ವೇದ, ಸ್ಮೃತಿ ಆಚಾರ ಪ್ರಾಧಾನ್ಯ ಜನಾಂಗವಾಗಿದ್ದರೂ ಹವ್ಯಕರಲ್ಲಿ ನುಸುಳಿಕೊಂಡಿದ್ದ ಮೂಢನಂಬಿಕೆಗಳನ್ನು ತೊಡೆದು ಹಾಕಲು ಅವರು ಕಟಿಬದ್ಧರಾದರು. ನತದೃಷ್ಟ ಬಾಲವಿಧವೆಯರ ಸಮಸ್ಯೆಯನ್ನು ಬಗೆಹರಿಸಲು ವಿಧವೆಯರಿಗೆ ಪುನರ್ವಿವಾಹದ ಅವಶ್ಯಕತೆ ಇದೆ ಎಂದು ಪ್ರತಿಪಾದಿಸಿದರು. ಸನಾತನಿಗಳ ತೀವ್ರ ವಿರೋಧವನ್ನು ಲೆಕ್ಕಿಸದೆ ಸಹಸ್ರ ಸಹಸ್ರ ಸಂಖ್ಯೆಯ ಹವ್ಯಕ ಬಾಲವಿಧವೆಯರ ಸಂಕಷ್ಟ ಪರಿಹರಿಸಲು ವಿಧವಾ ವಿವಾಹದ ಪ್ರಚಾರಾಂದೋಲನವನ್ನು ಕೈಗೊಂಡರು. ಸಮಾನಮನಸ್ಕರನ್ನು ಸೇರಿಸಿಕೊಂಡು ವಿಧವಾ ವಿವಾಹ ಸಹಾಯಕ ಸಭೆಯನ್ನು ಸ್ಥಾಪಿಸಿದರು. ಅವರು ಪ್ರಕಟಿಸಿದ 'ಹಿಂದೂ ವಿಧವಾ ವಿವಾಹದಲ್ಲಿ ವೇದ ಶಾಸ್ತ್ರಾಧಾರಗಳು' ಎಂಬ ಕೃತಿ ಸನಾತನಿಗಳ ಪೊಳ್ಳುತನವನ್ನು ಬಯಲಿಗೆಳೆದರೆ ಬಾಲ ವಿಧವಾ ವಿವಾಹದ ಪ್ರಚಾರಕ್ಕೆ ವಿಜ್ಞಾಪನೆ ಮತ್ತು ಆ ಬಗ್ಗೆ ಅನೇಕ ಮಹನೀಯರುಗಳ ಅಭಿಪ್ರಾಯಗಳು ವಿಧವಾ ವಿವಾಹಕ್ಕೆ ವಿಶಾಲ ಹರವನ್ನು ತಂದಿತು. ಗುರುಮಠಗಳ, ರೂಢಿಗತ ನಂಬಿಕೆಯನ್ನೇ ಸತ್ಯವೆಂದು ಪ್ರತಿಪಾದಿಸುತ್ತಿದ್ದ ಸನಾತನಿಗಳ ಗುರುಮಠಗಳ ವಿರೋಧಕ್ಕೆ ಕಿವಿಗೊಡದೆ ನಂದಿತಳೆಯ ಮಹಾಂಕಾಳಮ್ಮ ಎಂಬ ಬಾಲವಿಧವೆಯನ್ನು ಮರುಮದುವೆಯಾಗಿ ಹವ್ಯಕರಲ್ಲಿ ಬೀಡುಬಿಟ್ಟಿದ್ದ ಅನಿಷ್ಟ ಪರಂಪರೆಗೆ ಪೆಟ್ಟು ಕೊಟ್ಟರು.

ಅದರಿಂದ ಸ್ವಜಾತಿಯಿಂದ ಬಹಿಷ್ಕಾರಕ್ಕೊಳಗಾದರೂ ಧೃತಿಗೆಡದೇ ಸಮಾಜ ಸುಧಾರಣೆಯ ಕಾರ್ಯದಲ್ಲಿ ಪ್ರಾಮಾಣಿಕವಾಗಿ ತೊಡಗಿಕೊಂಡರು. ತಮ್ಮ ಆಪ್ತ

ಸ್ನೇಹಿತರೊಡಗೂಡಿ ಸ್ಥಾಪಿಸಿದ ವಿಧವಾ ವಿವಾಹ ಸಂಘದಿಂದ ನೂರಾರು ವಿಧವಾ ವಿವಾಹಗಳನ್ನು ನೆರವೇರಿಸಿದರು. 1933ರಲ್ಲಿ ಶಿರಸಿ ತಾಲೂಕಿನ ಮುಂಡಿಗೆಸರದಲ್ಲಿ ಅಕ್ಷತ ವಿಧವಾ ಪುನರ್ವಿವಾಹ ವಿಮರ್ಶೆ ಕುರಿತು ಧಾರ್ಮಿಕ ಮುಖಂಡರು, ಸಮಾಜದ ಮುಂದಾಳುಗಳ ಮುಕ್ತ ಚರ್ಚೆ ನಡೆಸಿ, ತಮ್ಮ ಕಾರ್ಯ ಅನೈತಿಕವಲ್ಲ ಎಂಬುದನ್ನು ಸಮಾಜಕ್ಕೆ ಮನಗಾಣಿಸಿದರು. ತಮ್ಮ ಜೀವಿತಾವಧಿಯವರೆಗೂ ಮಾನವೀಯ ಕಳಕಳಿಯ ವಿಧವಾ ವಿವಾಹ ಕಾರ್ಯವನ್ನು ನಡೆಸಿದರು. 1944ರಲ್ಲಿ ಅಕದಾಸ ಗಣಪತಿ ಭಟ್ಟರು ಹೃದಯ ಸ್ತಂಭನದಿಂದ ನಿಧನರಾದರು. ಅವರ ಅಂತಿಮಯಾತ್ರೆಯಲ್ಲಿ ಜಾತಿ, ಮತ, ವರ್ಗ ಬೇಧವಿಲ್ಲದೆ ಸಹಸ್ರಾರು ಜನರು ಭಾಗವಹಿಸಿದ್ದು, ಅವರ ಉತ್ತಮ ಕಾರ್ಯದ ಸಾಕ್ಷಿಯಾಗಿತ್ತು.

ಮಹಾಂಕಾಳಮ್ಮ ಅಕದಾಸ

ಮಹಾಂಕಾಳಮ್ಮ ಅಕದಾಸ

ವಿಧವಾ ವಿವಾಹ ಪ್ರಚಾರಕರಾದ ಅಕದಾಸ ಗಣಪತಿ ಭಟ್ಟರನ್ನು ಮದುವೆಯಾಗಿ ಅವರ ಸಮಾಜ ಸುಧಾರಣೆಯ ಕಾರ್ಯಕ್ಕೆ ಬಲ ನೀಡಿದವರು ಸಾಗರ ತಾಲೂಕಿನ ನಂದಿತಳೆ ಗ್ರಾಮದ ಪ್ರತಿಷ್ಠಿತ ಅಂಚೆ ಕುಟುಂಬದ ಮಹಾಂಕಾಳಮ್ಮ. 1907ನೇ ಇಸ್ವಿ ಫೆಬ್ರವರಿ 2ರಂದು ಜನಿಸಿದವರು. ಮದುವೆಯಾಗಿ 12 ವರ್ಷವಾದರೂ ಮಗನಿಗೆ ಮಕ್ಕಳಾಗದ್ದಕ್ಕೆ ಇವರ ಅಜ್ಜಿ ಗೋಕರ್ಣದ ಮಹಾಬಲೇಶ್ವರನಿಗೆ, ಭದ್ರಕಾಳಿಗೆ

ಹರಕೆ ಕಟ್ಟಿಕೊಂಡಿದ್ದರು. ಆದ್ದರಿಂದ ಹುಟ್ಟಿದ ಹೆಣ್ಣು ಮಗುವಿಗೆ ಮಹಾಂಕಾಳಿ ಎಂಬ ಹೆಸರಿಟ್ಟದ್ದರು. ತಂದೆ ಅಂಚೆ ತಿಮ್ಮಯ್ಯನವರು ಮೈಸೂರು ಪ್ರಜಾಪ್ರತಿನಿಧಿ ಸಭೆಯ ಸದಸ್ಯರಾಗಿದ್ದರು. ಸ್ತ್ರೀಯರಿಗೂ ಅಕ್ಷರಾಭ್ಯಾಸ ಇರಬೇಕೆಂಬುದು ಅವರ ಧೋರಣೆಯಾಗಿತ್ತು. ಹಲವು ಪತ್ರಿಕೆಯನ್ನೂ, ಪುಸ್ತಕಗಳನ್ನು ತರಿಸುತ್ತಿದ್ದರು. ಅವರ ಚಿಕ್ಕಪ್ಪ ಮನೆಯಲ್ಲಿಯೇ ಕೆಲಮಟ್ಟಿಗಿನ ಓದುಬರಹ ಕಲಿಸಿದ್ದರು. ಸಾಂಪ್ರದಾಯಿಕ ಕುಟುಂಬದಲ್ಲಿ ಎಲ್ಲ ಧಾರ್ಮಿಕ ಕಟ್ಟಳೆಗೆ ಮಹತ್ವವಿತ್ತು. 8–10 ವರ್ಷದ ಹುಡುಗಿಯರು ಮನೆಯಿಂದ ಹೊರಗೆ ಹೋಗಲು ನಿರ್ಬಂಧವಿದ್ದ ಕಾಲ. ಆ ಕಾಲದ ಹೆಣ್ಣುಮಕ್ಕಳಿಗೆ ಹತ್ತು ವರ್ಷದೊಳಗಾಗಿ ಮದುವೆಯ ಅನಿವಾರ್ಯ ಬಂಧನ ಕಾದಿರುತಿತ್ತು.

ರೂಢಿಯಂತೆ 10ನೇ ವಯಸ್ಸಿನಲ್ಲಿ ಮಹಾಂಕಾಳಮ್ಮನವರ ಮದುವೆ ಆಯಿತು. ಮದುವೆಯಾದ ಮೂರು ತಿಂಗಳಲ್ಲಿ ಅವರ ಪತಿ ರೇಷ್ಮಿ ಜ್ವರದಿಂದ (ಮಲೇರಿಯಾ) ಮರಣ ಹೊಂದಿ, ಮಹಾಂಕಾಳಮ್ಮನವರು ವಿಧವೆಯಾದರು. ಮಗಳ ಬಗ್ಗೆ ಅತೀವ ಪ್ರೀತಿ ಇರಿಸಿಕೊಂಡಿದ್ದ ಅಂಚೆ ತಿಮ್ಮಯ್ಯನವರು ಮಗಳ ದುರ್ದೆಸೆಗೆ ಕೊರಗಿದರು.

ಬಾಲ್ಯದಲ್ಲೇ ತಾನು ವಿಧವೆಯಾಗಿರುವುದಾಗಿಯೂ, ತನ್ನ ಮುಂದಿನ ಬಾಳು ನಿರರ್ಥಕವೆಂದೂ ಆಕೆಗೆ ಅನಿಸಲಿಲ್ಲ. ಆದರೆ ಪ್ರಾಪ್ತ ವಯಸ್ಸಿಗೆ ಬಂದ ಮಹಾಂಕಾಳಮ್ಮನಿಗೆ ನಿಜ ಸ್ಥಿತಿಯ ಅರಿವಾಗಲು ಆರಂಭವಾಯಿತು. ಅಘಾತಕ್ಕೊಳಗಾದ ಅವರು ಭಾಗವತ, ರಾಮಾಯಣ, ಭಕ್ತಿವಿಜಯ, ಮನೆಗೆ ಬರುತ್ತಿದ್ದ ಪತ್ರಿಕೆಗಳನ್ನು, ಅದರಲ್ಲಿಯೂ ಆರ್. ಕಲ್ಯಾಣಮ್ಮನವರು ಪ್ರಕಟಿಸುತ್ತಿದ್ದ 'ಸರಸ್ವತಿ' ಮಾಸಪತ್ರಿಕೆಯನ್ನು ಓದುತ್ತಾ ತಮ್ಮ ಮನೋವೇದನೆಯನ್ನು ಹತ್ತಿಕ್ಕಲು ಯತ್ನಿಸುತ್ತಿದ್ದರು. ಅವರು 'ಸರಸ್ವತಿ' ಮಾಸಪತ್ರಿಕೆಗೆ ಬರೆದ ಕವನದಲ್ಲಿ ಅವರ ಅಂದಿನ ಮಾನಸಿಕ ಸ್ಥಿತಿ ವ್ಯಕ್ತವಾಗಿದೆ.

ಒಂದು ಮನೆಯ ಹಿಂದೆ ನಿಂದು
ಕಂಬನಿಗಳ ಮಳೆಯ ಸುರಿದು
ನಿಂದಿರುವಳೋರ್ವ ಬಾಲೆ ನೊಂದು ಮನದಲಿ,

ಯಾತಕೆನ್ನ ಸೃಷ್ಟಿಗೈದು
ನೂಕಿದೆ ಈ ಭೂತಲಕ್ಕೆ
ಸಹಿಸಲೆಂತು ದೇವ ಎಂದು ಹಲುಬುತ್ತಿದ್ದಳು

ನಡುಹರೆಯದ ಅಣ್ಣನಿಗೆ
ಮಡದಿ ಸತ್ತಳೆಂದು ಮರುಗಿ
ಮಕ್ಕಳಿದ್ದ ಅವಗೆ ಮತ್ತೆ ಮದುವೆಗೈದು ನಲಿವರು

ಪತಿಯ ಆಸ್ತಿ ದಾಯದರಿಗೆ
ಪಿತನಾದವನ ಸುತರುಗಳಿಗೆ
ಪರರ ಸೇವೆ ಎನ್ನ ಪಾಲಿಗಾಯ್ತು ಹರಹರ

ಪತಿಯ ಮೃತಶರೀರದೊಡನೆ
ಸುಡುವುದೇಕೆ ನಿಲ್ಲಿಸಿಹರೋ
ಅಕಟ ಅದುವೆ ಲೇಸು ಇಂಥ ಬಾಳ್ವೆಗಿಂತಲು

ಕೇಶವನ್ನು ಧ್ವಂಸಗೊಳಿಸಿ
ಕೆಂಪು ಸೀರೆ ಧರಿಸಿಕೊಂಬ
ಮುಂಚೆ ಎನ್ನ ಕರೆದುಕೊಳ್ಳೆ ಮೃತ್ಯುದೇವಿಯೆ.

ವಿಧವಾ ಬದುಕಿನ ಬರ್ಭರತೆ ಅರಿವಾಗುತ್ತಿದ್ದ ಆ ಸಮಯದಲ್ಲಿ ಸಾಮಾಜಿಕ ಜಾಗೃತಿ ಮೂಡತೊಡಗಿತ್ತು. ಬಾಲವಿಧವೆಯರ ಬಾಳು ಬೆಳಗಿಸಲು, ಆ ಬಗೆಗಿನ ಅಡ್ಡಿಆತಂಕಗಳನ್ನು ನಿವಾರಿಸುವ ಕಾರ್ಯದಲ್ಲಿ ಅನೇಕ ಹಿರಿಕಿರಿಯ ಸಮಾಜ ಸೇವಕರು ತೊಡಗಿಕೊಂಡಿದ್ದರು. ವಿಧವಾ ವಿವಾಹದ ಬಗ್ಗೆ ಆಗಲೇ ಕಾರ್ಯಪ್ರವರ್ತರಾಗಿದ್ದ ಶಿರಸಿಯ ಅಕದಾಸ ಗಣಪತಿ ಭಟ್ಟರನ್ನು ಕುರಿತು ಅವರು ಕೇಳಿ ಬಲ್ಲವರಾಗಿದ್ದರು. ಅವರೊಡನೆ ಪತ್ರವ್ಯವಹಾರ ನಡೆಸಿ ವಿಧವಾ ವಿವಾಹದ ಅಗತ್ಯದ ಬಗೆಗೆ ಸಾಕಷ್ಟು ಚರ್ಚೆ ನಡೆಸಿದ್ದರು. ಮುಂದೆ ಅವರು ಅಕದಾಸರ ಸಹಧರ್ಮಿಣಿಯಾಗಿ ವಿಧವಾ ವಿವಾಹದ ಆಂದೋಲನಕ್ಕೆ ಹೊಸ ತಿರುವು ನೀಡಿದರು. ಅಕದಾಸರ ನಿಧನದ ನಂತರವೂ ಅವರು ಕೈಗೊಂಡ ಕಾರ್ಯವನ್ನು ಮುಂದುವರೆಸಿ 1991ರವರೆಗಿನ ತಮ್ಮ ಜೀವಿತಾವಧಿಯಲ್ಲಿ ನೂರಾರು ಹತಭಾಗ್ಯ ವಿಧವೆಯರ ಬರಡು ಬಾಳನ್ನು ಬೆಳಗಿಸಿದರು.

ವಿಧವಾ ವಿವಾಹ ಪ್ರಚಾರಕ್ಕೆ ಮೂಲ ಪ್ರೇರಣೆ

ಅಕದಾಸ ಗಣಪತಿ ಭಟ್ಟರು ಶಿರಸಿಯ ಗಣ್ಯ ಅಡಿಕೆ ವ್ಯಾಪಾರಿ. ಸುತ್ತಮುತ್ತಲಿನ ಸಾವಿರಾರು ಅಡಿಕೆ ಬೆಳೆಗಾರರು ತಮ್ಮ ಕೊಡುಕೊಳ್ಳುವ ವಹಿವಾಟಿಗೆ ಅವರ ಅಡಿಕೆ ವಖಾರಿಯನ್ನು ಅವಲಂಬಿಸಿದ್ದರು. ಅವರು ಸಮಾಜದಲ್ಲಿ ತೂಕವುಳ್ಳ ವ್ಯಕ್ತಿಯಾಗಿದ್ದರು.

ಆರ್ಥಿಕ ಬಲಾಢ್ಯರಲ್ಲಿ ಮಾನವೀಯ ಸೆಲೆ ಇರುವುದು ತುಂಬಾ ಅಪರೂಪ. ಸಹಾಯವನ್ನೂ ಲಾಭದಾಯಕವಾಗಿಸುವಲ್ಲಿ ಅವರಿಗೆ ಚಾಕಚಕ್ಯತೆ ಇರುತ್ತದೆ. ಆದರೆ ಅಕದಾಸರು ಅದಕ್ಕೆ ಭಿನ್ನವಾಗಿದ್ದರು. ಸಮಾಜಮುಖಿ ಚಿಂತನೆ ಹೊಂದಿದ್ದ ಅವರು ತಮ್ಮ ಸುತ್ತಮುತ್ತಲಿರುವ ಅಸಹಾಯಕರ, ಬಡವರ, ಶೋಷಿತರ ಬಗ್ಗೆ

ಮಾನವೀಯ ಅನುಕಂಪ ಹೊಂದಿದ್ದರು. ಅನ್ಯಾಯದ ವಿರುದ್ಧ ಸಿಡಿದೇಳುವ ಗುಣ ಅವರಲ್ಲಿತ್ತು.

ಅಕದಾಸ ಗಣಪತಿ ಭಟ್ಟರನ್ನು ವಿಧವಾ ವಿವಾಹದಂತಹ ಸಮಾಜ ಸುಧಾರಣೆಯ ಪವಿತ್ರ ಕಾರ್ಯಕ್ಕಿಳಿಸಿದ ಘಟನೆ 1924ರ ಹೊತ್ತಿಗೆ ನಡೆಯಿತು. ಶಿರಸಿಗೆ ಸಮೀಪದ ಸೋಮನಹಳ್ಳಿಯ ವಿಶ್ವೇಶ್ವರ ಹೆಗಡೆ ಆ ಕಾಲದ ರೂಢಿಗನುಗುಣವಾಗಿ ತಮ್ಮ ಮಗಳನ್ನು ಒಂಬತ್ತು ವರ್ಷಕ್ಕೆ ಲಗ್ನ ಮಾಡಿಕೊಟ್ಟಿದ್ದರು. ದುರಾದೃಷ್ಟದಿಂದ ನಾಲ್ಕಾರು ತಿಂಗಳಲ್ಲೇ ಅವಳ ಗಂಡ ಸತ್ತು ಹುಡುಗಿ ಬಾಲವಿಧವೆಯ ಪಟ್ಟವೇರಿದಳು. ತಮ್ಮ ಮಗಳ ಅಕಾಲಿಕ ವೈಧವ್ಯವನ್ನು ಕಂಡ ತಂದೆತಾಯಿಗಳಿಗೆ ಎದೆಯೊಡೆಯಿತು. ಮನೆಯ ವಹಿವಾಟು ಅವಲಂಬಿಸಿದ್ದ ಅಕದಾಸ ಗಣಪತಿ ಭಟ್ಟರಲ್ಲಿ ತಮ್ಮ ದುಃಖ ತೋಡಿಕೊಂಡರು. ತಮ್ಮ ಮಗಳು ಪುನಃ ಮದುವೆಯಾಗಿ ಎಲ್ಲರಂತೆ ಬದುಕಲು ಸಾಧ್ಯವಾಗುವಂತೆ ಪ್ರಯತ್ನ ಮಾಡಬೇಕೆಂದು ಕಾಲುಹಿಡಿದು ಆ ದಂಪತಿ ಬೇಡಿಕೊಂಡರು. ಅವರ ಅಳಲನ್ನು ಕಂಡ ಅಕದಾಸರ ಹೃದಯ ಕರಗಿತು. ವಿಧವಾ ವಿವಾಹಕ್ಕೆ ಸರಿಯಾದ ಶಾಸ್ತ್ರಾಧಾರಗಳನ್ನು ಹುಡುಕಿ, ಅದಕ್ಕೊಂದು ಋಜು ಮಾರ್ಗ ಹುಡುಕುವುದಾಗಿ ಭರವಸೆ ನೀಡಿ ಅವರನ್ನು ಸಂತೈಸಿದರು. ಈ ಘಟನೆ ವ್ಯವಹಾರ ಹಾಗೂ ಪರಕೀಯ ಆಡಳಿತ ವಿರೋಧಿ ಚಿಂತನೆಯನ್ನು ಮಾತ್ರ ರೂಢಿಸಿಕೊಂಡಿದ್ದ ಭಟ್ಟರನ್ನು ವಿಧವಾ ವಿವಾಹ ಕುರಿತ ಚಿಂತನೆಗೆ ಹಚ್ಚಿತು. ಹಠವಾದಿ ಹಾಗೂ ಛಲವಾದಿಯಾದ ಭಟ್ಟರು ಒಮ್ಮೆ ತಲೆಗೆ ಹೊಕ್ಕ ವಿಚಾರವನ್ನು ಸುಲಭಕ್ಕೆ ಕೈ ಬಿಡುವವರಾಗಿರಲಿಲ್ಲ. ಅಷ್ಟೇನೂ ವಿದ್ಯಾವಂತರಲ್ಲದಿದ್ದರೂ ಪುಸ್ತಕಗಳನ್ನು, ಪತ್ರಿಕೆಗಳನ್ನು ನಿಯಮಿತವಾಗಿ ಓದುವ ಹವ್ಯಾಸ ಅವರಿಗಿತ್ತು. 1869ರಲ್ಲಿ ಮುಂಬಯಿಯಲ್ಲಿ, 1986ರಲ್ಲಿ ಲಾಹೋರಿನಲ್ಲಿ ನಡೆದ ವಿಧವಾ ವಿವಾಹ ಹಾಗೂ ಅದರ ವಿರೋಧದ ಬಗ್ಗೆ ಅವರು ಓದಿ ತಿಳಿದಿದ್ದರು.

ಬಂಗಾಲದಲ್ಲಿ ಪಂಡಿತ ಈಶ್ವರಚಂದ್ರ ವಿದ್ಯಾಸಾಗರರು, ಮಹಾರಾಷ್ಟ್ರದಲ್ಲಿ ಮಹರ್ಷಿ ಕರ್ವೆಯವರು ವಿಧವಾ ವಿವಾಹವನ್ನು ಪ್ರಚಲಿತದಲ್ಲಿ ತರಲು ಪ್ರಯತ್ನಿಸುತ್ತಿದ್ದ ಸಂಗತಿ ಕುತೂಹಲದ ಓದಿನ ವಿಷಯವಾಗಿತ್ತೇ ಹೊರತು ಜೊತೆಗೆ ಹೆಜ್ಜೆ ಹಾಕಬೇಕು ಎಂದು ಯೋಚಿಸಿರಲಿಲ್ಲ.

ಆ ವೇಳೆಗಾಗಲೇ ಈಶ್ವರಚಂದ್ರ ವಿದ್ಯಾಸಾಗರರು ಸೇರಿದಂತೆ ಉತ್ತರ ಭಾರತದ ಸುಧಾರಣಾವಾದಿಗಳು ವಿಧವಾ ವಿವಾಹಕ್ಕಿರುವ ವೇದ ಶಾಸ್ತ್ರಾಧಾರಗಳ ಆಧಾರವನ್ನು ಕುರಿತು ಕೃತಿಗಳನ್ನು ಪ್ರಕಟಿಸಿದ್ದರು.

ಸೋಮನಹಳ್ಳಿಯವರ ಘಟನೆಯ ನಂತರ ಪಂಡಿತ ಈಶ್ವರಚಂದ್ರ ವಿದ್ಯಾಸಾಗರ, ಮಹರ್ಷಿ ಕರ್ವೆ ಮೊದಲಾದವರ ಲೇಖನಗಳನ್ನೂ, ಅಭಿಪ್ರಾಯಗಳನ್ನೂ,

ಚೌಡಿಕೊಡ್ಲು ಲಕ್ಷ್ಮಮ್ಮ

ಸಂಗ್ರಹಿಸಿ ಆಳವಾಗಿ ಅಭ್ಯಾಸ ಮಾಡಿ ವಿಧವಾ ವಿವಾಹವು ಶಾಸ್ತ್ರ ವಿರುದ್ಧವಲ್ಲ ಎಂಬುದನ್ನು ಮನದಟ್ಟು ಮಾಡಿಕೊಂಡರು. ವೈದವ್ಯ ಆಚರಣೆಯನ್ನು ಗೊಡ್ಡು ಸನಾತನಿಗಳು ಸಮಾಜದ ಮೇಲೆ ಹೇರಿದ ಹೇಯ ಕೃತ್ಯ ಎಂದು ಸ್ಪಷ್ಟಪಡಿಸಿಕೊಂಡು ತಮ್ಮ ಅಡಿಕೆ ಮಂಡಿಗೆ ಬರುವ ತಮ್ಮ ಹಲವಾರು ಮಿತ್ರರೊಂದಿಗೆ ಚರ್ಚಿಸಿದರು. ಭಟ್ಟರಿಂದ ಉಪಕೃತರಾದ ಹಲವು ವಹಿವಾಟುದಾರರು ಇದೊಂದು ಆಗಬಹುದಾದ ಕಾರ್ಯವೆಂದು ಬಾಯುಪಚಾರಕ್ಕೆ ಹೇಳಿದರೂ, ಆ ಬಗ್ಗೆ ಯಾವ ಕ್ರಿಯಾಶೀಲತೆಯನ್ನು ತೋರಲಿಲ್ಲ.

ಶುದ್ಧ ಬ್ರಾಹ್ಮಣತ್ವದಲ್ಲಿ ಶ್ರದ್ಧಾ ಭಕ್ತಿ ಹೊಂದಿದ್ದ ಭಟ್ಟರು ವಿಧವಾ ವಿವಾಹವನ್ನು ಪುರಸ್ಕರಿಸುವ ವಿಚಾರ ಮಾಡಿದ್ದು ಅವರ ಅನೇಕ ನಿಕಟವರ್ತಿಗಳಿಗೆ ಅಚ್ಚರಿಯ ಸಂಗತಿಯಾಗಿತ್ತು. ಬಲಾಢ್ಯ ವ್ಯಕ್ತಿ ಸಮಾಜ ವ್ಯವಸ್ಥೆಯನ್ನು ಧಿಕ್ಕರಿಸ ಹೊರಟರೆ ಸಾಕಷ್ಟು ಜನರು ಹಿಂಬಾಲಿಸುತ್ತಾರೆ ಎಂಬ ಭೀತಿಯಲ್ಲಿ ಸಮಾಜದಲ್ಲಿ ಗಣ್ಯರೆನಿಸಿಕೊಂಡಿದ್ದ ಕೆಲ ಶ್ರೀಮಂತರು ಅವರ ನಿರ್ಧಾರ ಬದಲಿಸಲು ಪ್ರಯತ್ನಿಸಿದರು. ಗುರುಪೀಠವೂ ಧರ್ಮ ಭ್ರಷ್ಟರಾಗಬಾರದು ಎಂದು ಬುದ್ಧಿವಾದ ಹೇಳಿತು. ಆದರೆ ಭಟ್ಟರು ಅದನ್ನೆಲ್ಲಾ ಕೇಳುವ ಸ್ಥಿತಿಯಲ್ಲಿರಲಿಲ್ಲ. ತಾವು ಮಾಡುತ್ತಿರುವುದು ಅಧರ್ಮವಲ್ಲ. ಅದಕ್ಕೆ ವೇದ ಶಾಸ್ತ್ರಗಳ ಆಧಾರವಿದೆ

ಅಕದಾಸ ಭಟ್ಟರ ಸಹಕಾರಿಗಳು

ಎಂಬುದನ್ನು ಖಚಿತಪಡಿಸಿಕೊಂಡಿದ್ದ ಅವರು ತಮ್ಮ ನಿಲುವನ್ನು ಪ್ರಬಲವಾಗಿ ಸಮರ್ಥಿಸಿಕೊಂಡರು.

ಭಟ್ಟರು ತಮ್ಮ ಈ ನಡವಳಿಕೆಯಿಂದ ಇಡೀ ಹವ್ಯಕ ಸಮಾಜವನ್ನು ಎದುರು ಹಾಕಿಕೊಳ್ಳಬೇಕಾಯಿತು. ಗುರುಮಠಗಳು, ಸಮಾಜ ಮುಖಂಡರು ಅಕದಾಸರ ಬಗ್ಗೆ ವಿರೋಧಿ ಧೋರಣೆ ತಳೆದ ಮೇಲೆ ಭಟ್ಟರ ನಿಕಟವರ್ತಿಗಳು ಎಂದು ಗುರುತಿಸಿಕೊಂಡವರು, ಜೊತೆಯಲ್ಲಿ ಓಡಾಡಿಕೊಂಡಿದ್ದವರು ಒಂದಲ್ಲಾ ಒಂದು ನೆಪದಲ್ಲಿ ನುಣುಚಿಕೊಂಡರು. ಅದರಲ್ಲಿ ತಮ್ಮ ಮಗಳು ಎಲ್ಲರಂತೆ ಬಾಳಲು ಮಾರ್ಗ ತೋರಿಸಿ ಎಂದು ಅತ್ತು ಕರೆದಿದ್ದ ಸೋಮನಹಳ್ಳಿಯ ದಂಪತಿಗಳು ಸನಾತನರ ವಿರೋಧಕ್ಕೆ ಬೆದರಿ ವಿಧವಾ ವಿವಾಹದ ವಿರೋಧಿಗಳಾಗಿದ್ದು ವಿಪರ್ಯಾಸವಾಗಿತ್ತು. ಅಕದಾಸರ ಅಡಿಕೆ ವಖಾರಿಯನ್ನು ವಹಿವಾಟಿಗೆ ಅವಲಂಬಿಸಿದ್ದ ಕುಳುವಾರುಗಳೂ ಅವರೊಂದಿಗೆ ವ್ಯವಹರಿಸಲು ಹಿಂದೇಟು ಹಾಕಿದರು.

ಆದರೆ ಸಮಾಜ ಸುಧಾರಣೆಯತ್ತ ಹೆಜ್ಜೆ ಇಟ್ಟಿದ್ದ ಭಟ್ಟರು ಎದೆಗುಂದಲಿಲ್ಲ. ವಿಧವಾ ವಿವಾಹ ಪ್ರಚಾರವನ್ನು ಮುಂದುವರೆಸಿದರು. ಬಾಲವಿಧವೆಯರ ವಿಷಯದಲ್ಲಿ ಸಾಮಾಜಿಕವಾಗಿ ಮನಃಪರಿವರ್ತನೆಯನ್ನುಂಟು ಮಾಡಿ, ಅವರ

ಮರುವಿವಾಹ ಕೈಗೊಂಡು ಅವರ ಬಾಳು ಬೆಳಗಲೇಬೇಕೆಂದು ದೃಢನಿಶ್ಚಯ ಮಾಡಿದ ಭಟ್ಟರು ಒಂಟಿಯಾಗಿಯೇ ಕಾರ್ಯಪ್ರವೃತ್ತರಾದರು.

ಆರ್ಥಿಕ ಸಂಪನ್ಮೂಲಗಳನ್ನು ಹೊಂದಿದ್ದ ಅವರಿಗೆ ತಮ್ಮ ಕಾರ್ಯಕ್ಕೆ ಹಣ ಬೇಡುವ ಅಗತ್ಯವಿರಲಿಲ್ಲ. ವಿಧವಾ ವಿವಾಹದ ಉದ್ದೇಶಕ್ಕೆ ಅವರು ಹಣ ಸಂಗ್ರಹಕ್ಕೆ ಹೊರಟಿದ್ದರೆ ಅಂದಿನ ದಿನಗಳಲ್ಲಿ ಒಂದು ಬಿಲ್ಲೆಯೂ ಹುಟ್ಟುತ್ತಿರಲಿಲ್ಲವೆಂಬುದು ಬೇರೆ ಮಾತು.

ವಿಧವಾ ವಿವಾಹಕ್ಕೆ ಸಂಬಂಧಿಸಿದ ಗ್ರಂಥಗಳನ್ನು ಸಂಗ್ರಹಿಸಿ, ಸ್ವತಃ ಪ್ರಕಟಿಸಿ ಹಂಚಿದರು. ಭಟ್ಟರ ಒಂಟಿ ಹೋರಾಟ ಮುಂದುವರಿದಂತೆ ಸಾಮಾಜಿಕ ಕಳಕಳಿಯುಳ್ಳ, ಸಹೃದಯಿಗಳಾದ ಕೆಲವೇ ಕೆಲವು ಮಂದಿ ಸ್ತ್ರೀ–ಪುರುಷರು ಅವರ ಬೆಂಬಲಕ್ಕೆ ನಿಂತರು.

ಮೋಟಿನಸರದ ವೆಂಕಟ್ರಮಣ ಹೆಗಡೆಯವರು, ಕರಸುಳ್ಳಿ ಗಣಪತಿ ಭಟ್ಟರು, ಸಿದ್ದಾಪುರ ಹತ್ತಿರದ ಕಿಲಾರದ ಐನಕೈ ಗಣೇಶ ಹೆಗಡೆಯವರು, ಶಿರಸಿ ಹತ್ತಿರದ ಮುಂಡಿಗೇಸರದ ಬಳಗಂಡಿ ನರಸಿಂಹ ಹೆಗಡೆ, ವೆಂಕಟ್ರಮಣ ಹೆಗಡೆ, ರಾಮಕೃಷ್ಣ ಹೆಗಡೆ, ಗಣಪತಿ ಹೆಗಡೆ, ಶ್ರೀಮತಿ ಭಾಗೀರಥಿಬಾಯೀ (ಕಾಶಕ್ಕ), ಶ್ರೀಮತಿ ಮಂಜಮ್ಮ, ಆಬ್ರಿಮನೆ ಮಹಾಲಕ್ಷಮ್ಮ, ಸಾಗರ ಸಮೀಪದ ಬೇಲೂರ ಜಾಣ ಮಂಜಪ್ಪ, ಹೊರಬೈಲು ಶ್ರೀಪತಿ ಭಟ್ಟರು, ಕುಗ್ವೆ ಗಣೇಶಯ್ಯ, ಬೆಳ್ಳಣ್ಣೆ ಚೌಡಿಕೊಡ್ಲು ಲಕ್ಷ್ಮಮ್ಮ, ಯಲೂಗಾರ ಅಂಗಡಿ ವೆಂಕಟರಮಣ ಭಟ್ಟರು ಅಕದಾಸರನ್ನು ಬಹಿರಂಗವಾಗಿ ಬೆಂಬಲಿಸಿ, ಪ್ರಚಾರ ಕಾರ್ಯದಲ್ಲಿ ತೊಡಗಿಕೊಂಡು ಜಾತಿಯವರ, ಗುರುಮಠದವರ ಕೆಂಗಣ್ಣಿಗೆ ಗುರಿಯಾದರು. ಪುರೋಹಿತ ವರ್ಗದವರು ಅವರ ಮನೆಯ ಯಾವುದೇ ವಿಧಿವಿಧಾನ ನೆರವೇರಿಸಬಾರದು ಎಂದು ನಿಶ್ಚಯಿಸಿದರು. ಆದರೆ ಭಟ್ಟರಾಗಲೀ, ಅವರ ಸಹಪಾಠಿಗಳಾಗಲೀ ಹೆದರಲಿಲ್ಲ. ಯಾಕೆಂದರೆ ಇವರಲ್ಲಿ ಹೆಚ್ಚಿನವರು ಅನುಕೂಲಸ್ಥರಾದ್ದರಿಂದ ಅಘೋಷಿತ ಬಹಿಷ್ಕಾರದ ಬಿಸಿ ಅವರಿಗೆ ತಾಗಲಿಲ್ಲ.

ಪ್ರಚಾರ ನಡೆಸಿದ್ದು ಹೀಗೆ...

ಹವ್ಯಕ ಬ್ರಾಹ್ಮಣ ಸಮುದಾಯದಲ್ಲಿ ಬಾಲವಿಧವೆಯರ ಸಂಖ್ಯೆ ಹೆಚ್ಚಿತ್ತು. ಮಲೆನಾಡನ್ನು ಕಾಡಿದ ಮಲೇರಿಯಾ ಇಡೀ ಜನಾಂಗವನ್ನು ಕಂಗೆಡಿಸಿತ್ತು. ಮಲೇರಿಯಾಕ್ಕೆ ಸೂಕ್ತ ಔಷಧಗಳೇ ಇರಲಿಲ್ಲ. ನಾಟಿ ವೈದ್ಯರು ನೀಡುತ್ತಿದ್ದ ಗಿಡಮೂಲಿಕೆ, ಕಷಾಯವೇ ಕಾಯಿಲೆಪೀಡಿತರನ್ನು ಕಾಪಾಡಬೇಕಿತ್ತು. ಸಕಾಲದಲ್ಲಿ ಆ ಔಷಧಿಯೂ ಸಿಗದೆ ಸಾಯುವವರು ಹೆಚ್ಚಿದ್ದರು. ಬಸಿರು ಬಾಣಂತನದಲ್ಲಿ ಸ್ತ್ರೀಯರು ದೊಡ್ಡ ಪ್ರಮಾಣದಲ್ಲಿ ಸಾವನ್ನಪ್ಪುತ್ತಿದ್ದರು. ಹೆಂಡತಿ ಸತ್ತ ತಿಂಗಳೊಪ್ಪತ್ತಿನಲ್ಲಿ ತಿರ ಕೊಟ್ಟು ಎಳೆಪ್ರಾಯದ ಹುಡುಗಿಯನ್ನು ಮರುಮದುವೆಯಾಗುವುದು ಸಾಮಾನ್ಯವಾಗಿತ್ತು. ಪದೇಪದೆ ಹೆಂಡತಿ ಸಾಯುತ್ತಿದ್ದ ಕೆಲವರು ಮೂರು ನಾಲ್ಕು ಮದುವೆ ಮಾಡಿಕೊಳ್ಳಬೇಕಾಗುತ್ತಿತ್ತು.

ಕಾಯಿಲೆ ಕಸಾಲೆಗಳಿಂದ ಗಂಡಸರೂ ಸಾಯುತ್ತಿದ್ದರು. ಮೈನೆರೆಯದ ಹುಡುಗಿಯನ್ನು ಮದುವೆ ಮಾಡುವ ಈ ಕಾಲಘಟ್ಟದಲ್ಲಿ 8–10 ವಯಸ್ಸಿನ ಹುಡುಗಿಯರ ಗಂಡ ಸತ್ತು ಅವರು ವಿಧವೆಯಾಗುವುದು ಸಹಜವೆಂಬಂತೆ ತೋರುತ್ತಿತ್ತು.

ಮಕ್ಕಳಾಟದಂತೆ ಮದುವೆಯಾಗಿದ್ದ ಬಾಲಕಿಗೆ ತಾನು ಗಂಡ ಸತ್ತವಳು ಎಂಬ ಕಲ್ಪನೆಯೂ ಇರುತ್ತಿರಲಿಲ್ಲ. ಅವರಿಗೆ ತಿಳುವಳಿಕೆ ಬರುವಷ್ಟರಲ್ಲಿ ಕೇಶ ಮಂಡನ ಮಾಡಿಸಿ, ವೈಧವ್ಯದ ಸಂಕೇತವಾಗಿ ಕುಂಕುಮ ಅಳಿಸಿ, ಬಳೆ ಒಡೆದು, ಕೆಂಪು ಸೀರೆ ಉಡಿಸಲಾಗುತ್ತಿತ್ತು.

ಕಾಲುದಾರಿಯೇ ಸಂಪರ್ಕ ರಸ್ತೆಯಾಗಿದ್ದ ಆ ಕಾಲದಲ್ಲಿ ಹಿಂದುಳಿದ ಗ್ರಾಮೀಣ ಭಾಗದ ಜನರಿಗೆ ಹೊಸ ವಿಚಾರ ತಲುಪಲು ಬಹಳ ಸಮಯ ಬೇಕಿತ್ತು. ಪರಂಪರಾಗತ ಆಚರಣೆಯನ್ನು ಬಲವಾಗಿ ನಂಬಿದ್ದ ಹವ್ಯಕರು ಪ್ರಗತಿಪರ ವಿಚಾರವನ್ನು ಸ್ವೀಕರಿಸಲು ಸಿದ್ಧವಿರಲಿಲ್ಲ. ಇಂತಹ ಸಂದರ್ಭದಲ್ಲಿಯೂ ಭಟ್ಟರು ಧೃತಿಗೆಡದೇ ತಮ್ಮ ಕೆಲಸ ಮುಂದುವರೆಸಿದರು. ಹಳ್ಳಿಗಳಿಗೆ ಹೆಚ್ಚಾಗಿ ತೇರು, ಜಾತ್ರೆ, ಮದುವೆ, ಮುಂಜಿ ಮೊದಲಾದ ವಿಶೇಷ ಸಂದರ್ಭಗಳಲ್ಲಿ ವಿಧವಾ ವಿವಾಹ ಶಾಸ್ತ್ರಾಧಾರ ಪುಸ್ತಕ ಸಮೇತ ಹೋಗುತ್ತಿದ್ದರು. ಬೆಳ್ಳಣ್ಣೆ ತೇರು, ಹೇರೂರು ತೇರು ಮೊದಲಾದ ಹೆಚ್ಚಿನ ಬ್ರಾಹ್ಮಣರು ಸೇರುವ ಜಾಗ ಅವರ ಪ್ರಚಾರದ ಸ್ಥಳವಾಗಿತ್ತು. ಯಾವುದಾದರೂ ಒಂದು ಊರಿಗೆ ಹೋಗುವುದು. ಆ ಊರಲ್ಲಿರುವ ಬಾಲವಿಧವೆಯರ ಬಗ್ಗೆ ಮಾಹಿತಿಯನ್ನು ಸಂಗ್ರಹಿಸುವುದು, ಬಾಲವಿಧವೆಯರನ್ನು ಕಂಡು ಅವರ ಸ್ಥಿತಿಗತಿಗಳನ್ನು ವಿಚಾರಿಸಿ, ಅವರ ಸಹಜ ಸಂವೇದನೆಗಳನ್ನು ಅರಿತು, ಸಾಮಾಜಿಕವಾಗಿ ನೆಲೆಯೂರಿರುವ ಅನಿಷ್ಟ ಪರಂಪರೆಯ ತಿಳುವಳಿಕೆ ನೀಡುತ್ತಿದ್ದರು. ಅಕದಾಸರು ಹೇಳುವ ಸಂಗತಿಗಳು ವಾಸ್ತವಾಂಶವನ್ನು ಹೊಂದಿದ್ದು, ಬಾಲವಿಧವೆಯರಲ್ಲಿ ಚಿಂತನೆ ಹುಟ್ಟಿ ಪುನಃ ಮದುವೆಯಾಗಲು ಪ್ರೇರಣೆ ನೀಡುತ್ತಿತ್ತು. ಆದರೆ ಧಾರ್ಮಿಕ ಹಾಗೂ ಸಾಮಾಜಿಕ ಕಟ್ಟುಪಾಡುಗಳು ಬಿಗಿಯಾಗಿದ್ದುದರಿಂದ ಯಾರೂ ಕಾರ್ಯಪ್ರವೃತ್ತರಾಗಲು ಮುಂದೆ ಬರುತ್ತಿರಲಿಲ್ಲ. ತಮ್ಮ ಮಕ್ಕಳನ್ನು ಮರುಮದುವೆ ಮಾಡುವುದರಿಂದ ತಮ್ಮ ಕುಟುಂಬಕ್ಕೆ, ಊರಿಗೆ, ಜಾತಿಗೆ, ಆ ಜಾತಿಯ ರೀತಿ ರಿವಾಜುಗಳಿಗೆ ಕಳಂಕ ಉಂಟು ಮಾಡಿದ ಅಪವಾದ ಬರುವುದೆಂದು ತಮ್ಮ ವಿಧವೆ ಮಗಳ ಬಗ್ಗೆ ಸಹಾನುಭೂತಿ ಹೊಂದಿದ್ದ ಪಾಲಕರು ಹಿಂಜರಿಯುತ್ತಿದ್ದರು.

1924ರಿಂದ 1932ರ ನಡುವಿನ ಅವಧಿಯಲ್ಲಿ ಭಟ್ಟರು ಸಾವಿರಾರು ಮಂದಿ ವಿಧವೆಯರನ್ನು ಸಂದರ್ಶಿಸಿದರು. ಸಾವಿರಾರು ಮಹನೀಯರನ್ನು ಸಂದರ್ಶಿಸಿ ವಿಧವಾ ವಿವಾಹದ ಬಗ್ಗೆ ಅವರ ಅಭಿಪ್ರಾಯಗಳನ್ನು ಸಂಗ್ರಹಿಸಿದರು. ಈ ಅಭಿಪ್ರಾಯಗಳ ಅವಲೋಕನದಿಂದ ಸಮಾಜದಲ್ಲಿ ನಿರ್ಗತಿಕರಾಗಿ ಬಾಳುತ್ತಿದ್ದ ವಿಧವೆಯರನ್ನು ಲಗ್ನ ಮಾಡಿಯೇ ತೀರುತ್ತೇನೆಂದು ಅವರು ಹಠ ತೊಟ್ಟರು.

ಭಟ್ಟರ ಈ ಹಠ ಹಾಗೂ ಚಟುವಟಿಕೆ ಸನಾತನಿಗಳಲ್ಲಿ, ಸಂಪ್ರದಾಯಸ್ಥರಲ್ಲಿ ತೀರಾ ಅಲ್ಲೋಲಕಲ್ಲೋಲವನ್ನು ಉಂಟು ಮಾಡಿತು. ಸನಾತನ ಧರ್ಮದ ನೆಲೆಗಟ್ಟೇ ಅದುರುತ್ತಿದೆಯೆಂದು ಅವರು ಭಾವಿಸಿದರು. ಅನೈತಿಕ ಸಂಬಂಧವನ್ನು ಕುರಿತಂತೆ ಇದುವರೆಗೆ ತಳೆದ ನಿಲುವನ್ನು ವಿಧವಾ ವಿವಾಹ ಪ್ರಚಾರ ಮಾಡುವವರಿಗೂ ಅನ್ವಯಿಸುತ್ತದೆ ಎಂಬ ಗುರುಮಠಗಳ ಅಣತಿಯನ್ನು ಮಠದ ಧರ್ಮದರ್ಶಿಗಳೂ, ಶಿಷ್ಯರೂ ಹಳ್ಳಿಹಳ್ಳಿಗಳಲ್ಲಿ ಪ್ರಚಾರ ಮಾಡಿದರು. ಆದರೆ ಅಕದಾಸರು ಹಾಗೂ ಅವರ

ಸಹವರ್ತಿಗಳು ಅದಕ್ಕೆ ಕ್ಯಾರೇ ಅನ್ನಲಿಲ್ಲ. ಭಟ್ಟರ ಪ್ರಯತ್ನ ಕೇವಲ ಪ್ರಚಾರಕ್ಕೆ ಸೀಮಿತವಾಗಿದ್ದರಿಂದ ಅವರ ಹಾಗೂ ಸಹಚರರ ವಿರುದ್ಧ ಜಾತಿ ಬಹಿಷ್ಕಾರದಂತಹ ಕ್ರಮ ಕೈಗೊಳ್ಳಲು ಮಠಗಳು ಸಿದ್ಧವಾಗಲಿಲ್ಲ. ಸಮಾಜದಲ್ಲಿ ಆರ್ಥಿಕವಾಗಿ ಬಲಿಷ್ಠರಾದ ಅವರನ್ನು ಬಹಿಷ್ಕರಿಸಿದರೆ, ಜನರು ಅವರನ್ನು ಹಿಂಬಾಲಿಸುವ ಭೀತಿ ಮಠಗಳಿಗಿತ್ತು.

ಧರ್ಮಭ್ರಷ್ಟತೆಯ ಹೆದರಿಕೆಯಿಂದ ತಮ್ಮ ವಿಧವಾ ಮಕ್ಕಳನ್ನು ಪ್ರಚಾರಕರ ಕಣ್ಣಿಗೆ ಬೀಳದಂತೆ ಬಚ್ಚಿಡಲು ಯತ್ನಿಸಿದರು. ಭಟ್ಟರ ಉಪದೇಶದಿಂದ ತಮ್ಮ ಮಕ್ಕಳಲ್ಲಿ ಅನೈತಿಕತೆಯ ಭಾವ ಬೆಳೆಯುತ್ತದೆಂಬ ಭೀತಿ ತಂದೆತಾಯಂದಿರಲ್ಲಿರುತ್ತಿತ್ತು. ಇದರಿಂದಾಗಿ ಭಟ್ಟರ ವಿಧವಾ ವಿವಾಹ ಪ್ರಚಾರದ ಪ್ರಾರಂಭಿಕ ಪ್ರಯತ್ನ ಸಫಲವಾಗಲಿಲ್ಲ. ಜಾತಿ ಬಹಿಷ್ಕಾರದ ಪರಿಣಾಮವನ್ನು ಎದುರಿಸಬೇಕಾಗುತ್ತದೆ ಎಂಬ ಭಯದಲ್ಲಿ ಯಾರೂ ಮುಂದೆ ಬರಲು ಯತ್ನಿಸಲಿಲ್ಲ.

ಒಂದು ಕಡೆ ಪ್ರಚಾರ ನಿಮಿತ್ತ ಮದುವೆಗೆ ಹೋದಾಗ, ಶುಭವಿವಾಹವಾಗುವ ಮನೆಯಲ್ಲಿ ಈ ಅಪಶಕುನದ ವಿಷಯವನ್ನು ಪ್ರಸ್ತಾಪ ಮಾಡಬಾರದೆಂದು ಮನೆಯ ಯಜಮಾನ ಅವರಿಗೆ ಹೊರಹೋಗಲು ಸೂಚಿಸಿದ್ದ. ಅಕದಾಸರು ಅಲ್ಲಿಂದ ಹೊರ ಬಿದ್ದು ಊರ ಹೊರಗಿನ ಅಶ್ವತ್ಥ ಕಟ್ಟೆಯ ಮೇಲೆ ಕೂತು, ಅಲ್ಲಿ ಆಡುತ್ತಿದ್ದ ಕೆಲವು ಹುಡುಗರನ್ನು ಕರೆದು ತಮಾಷೆಯ ಮಾತಾಡಿ ಕಲ್ಲುಸಕ್ಕರೆ, ಉತ್ತುತ್ತಿ, ದ್ರಾಕ್ಷಿಗಳನ್ನು ಕೊಟ್ಟು ನಿಮ್ಮ ಅಪ್ಪಅಮ್ಮನನ್ನು ಕರೆತಂದರೆ ಇನ್ನಷ್ಟು ಕೊಡುವುದಾಗಿ ಆಸೆ ಹುಟ್ಟಿಸುತ್ತಿದ್ದರು. ಮಕ್ಕಳ ವರಾತಕ್ಕೆ ಕೆಲವರಾದರೂ ಬರುತ್ತಿದ್ದರು. ಕೆಲವು ಜನ ಸೇರಿದಾಗ ವಿಧವಾ ವಿವಾಹ ಪ್ರಚಾರವನ್ನು ಪ್ರಾರಂಭಿಸುತ್ತಿದ್ದರು. ಅವರಲ್ಲಿ ಅನೇಕರು ಮಾತು ಕೇಳಲೇನಡ್ಡಿ ಎಂದು ಅಲ್ಲಿ ನಿಂತು ಮಾತು ಕೇಳುತ್ತಿದ್ದರು. ಕೈಬರಹದ ಹೊತ್ತಿಗೆಯಲ್ಲಿ ಅವರ ಅಭಿಪ್ರಾಯ ಹಾಗೂ ಸಹಿಯನ್ನು ಪಡೆಯುತ್ತಿದ್ದರು. ಸಮ್ಮತಿ ನೀಡಿದವರ ಹೆಸರನ್ನು 'ವಿಧವಾ ವಿವಾಹ ಮಹನೀಯರ ಅಭಿಪ್ರಾಯಗಳು' ಎಂಬ ಹೊತ್ತಿಗೆಯಲ್ಲಿ ಪ್ರಕಟಿಸಿ ಹಂಚುತ್ತಿದ್ದರು. (ಈ ಘಟನೆಯನ್ನು ಹೇಳಿದವರು ಶ್ರೀಮತಿ ಮಹಾಂಕಾಳಮ್ಮನವರು)

ಉತ್ತರಕನ್ನಡದ ಘಟ್ಟದ ಪ್ರದೇಶದಿಂದ ಕುಮಟಾ, ಹೊನ್ನಾವರ, ಯಲ್ಲಾಪುರ, ಸೊರಬ, ಸಾಗರ, ಉಡುಪಿ, ಮಂಗಳೂರು ಕಡೆಗೂ ಭಟ್ಟರು ತಮ್ಮ ಕಾರ್ಯಕ್ಷೇತ್ರವನ್ನು ವಿಸ್ತರಿಸಿದರು. ಸ್ವತಃ ಓಡಾಡಿ ಹಾಗೂ ಅಂಚೆಯ ಮೂಲಕ ಜನಾಭಿಪ್ರಾಯವನ್ನು ಸಂಗ್ರಹಿಸಿದರು. ಯಾವ ತಾಲೂಕಿನಲ್ಲಿ ಯಾವ ಊರಿನಲ್ಲಿ ಯಾರುಯಾರ ಮಕ್ಕಳು ಬಾಲವಿಧವೆಯರಿದ್ದಾರೆ ಎಂಬ ವಿವರಗಳನ್ನು ಸಂಗ್ರಹಿಸಿದ್ದರು. ಓದು ಬರಹ ಬಲ್ಲವರು ವಿಧವಾ ವಿವಾಹಕ್ಕೆ ಪ್ರೇರೇಪಿತರಾದರೆ ಅನುಕೂಲವೆಂಬುದು ಭಟ್ಟರ ಅಭಿಪ್ರಾಯವಾಗಿತ್ತು.

ತಾವು ಸಂಗ್ರಹಿಸಿದ ವಿವರಗಳಿಗನುಗುಣವಾಗಿ, ವಿದ್ಯಾಭ್ಯಾಸ ಹೊಂದಿರುವವರಿಗೆ ವಿಧವಾ ವಿವಾಹದ ಪ್ರಚಾರ ಪುಸ್ತಕ ಮತ್ತು ಕೆಲವು ಶಾಸ್ತ್ರಾಧಾರ ಪುಸ್ತಕಗಳನ್ನು ಕಳಿಸುತ್ತಿದ್ದರು. ಪತ್ರ ಬರೆದು ಅನಿಷ್ಟ ಪರಂಪರೆಯನ್ನು ಅಳಿಸಲು ಕಾರ್ಯಪ್ರವೃತ್ತರಾಗಲು ಕೋರುತ್ತಿದ್ದರು.

ನಂದಿತಳೆಯ ಮಹಾಂಕಾಳಮ್ಮನವರಿಗೂ ಪುಸ್ತಕ ಕಳಿಸಿ, ತಮ್ಮಂತಹ ಓದುಬರಹ ಬಲ್ಲವರು ವಿಧವಾ ವಿವಾಹ ಪ್ರಚಾರದ ಅಂಗವಾಗಲು ಸಾಧ್ಯವೇ ಎಂದು ಕೇಳಿದ್ದರು.

ಭಟ್ಟರು ಹಾಗೂ ಅವರ ಸಹಚರರು ಮೊದಲ ಮದುವೆಯಾಗುವವರಿಗೆ ವಿಧವೆಯರನ್ನೇ ಲಗ್ನವಾಗುವಂತೆ ಎಂದಿಗೂ ಹೇಳುತ್ತಿರಲಿಲ್ಲ. ಆದರೆ ವಿಧುರನಾದವನು ಪುನಃ ಮದುವೆಯಾಗುವುದಾದರೆ ಆತ ವಿಧವೆಯನ್ನು ವಿವಾಹವಾಗುವುದು ಸೂಕ್ತ ಹಾಗೂ ಸಾಮಾಜಿಕವಾಗಿ ಈ ವಿಧವಾ ಸಮಸ್ಯೆಯನ್ನು ಪರಿಹರಿಸಲು ಇದೊಂದು ಉತ್ತಮ ಮಾರ್ಗವಾಗುತ್ತದೆ ಎಂದು ಪ್ರತಿಪಾದಿಸುತ್ತಿದ್ದರು. ಹೆಣ್ಣಿನ ಪಾವಿತ್ರ್ಯತೆಯನ್ನು ಪುರುಷ ಸಂಪರ್ಕದಿಂದಲೇ ಅಳೆಯುತ್ತಿದ್ದ ಆ ಜನರಲ್ಲಿ 'ಅಕ್ಷತಯೋನಿ' (ಇನ್ನೂ ಪುರುಷ ಸಂಪರ್ಕವಾಗದ) ವಿಧವೆಯನ್ನು ಲಗ್ನವಾದರೆ ಕನ್ಯೆಯನ್ನು ಲಗ್ನವಾದಂತೆ ಎಂದು ವಾದಿಸುತ್ತಿದ್ದರು. ವೇದ, ಸ್ಮೃತಿ, ಪುರಾಣಗಳಲ್ಲಿಯ ಉಕ್ತಿಗಳನ್ನು ಉದಾಹರಣೆ ನೀಡಿ ಸಮರ್ಥಿಸುತ್ತಿದ್ದರು.

ಫಲಕೊಡದ ಪ್ರಯತ್ನ

ವಿಧವಾ ವಿವಾಹದ ಅಗತ್ಯ ಸಮಾಜಕ್ಕೆ ಅರಿವಾಗತೊಡಗಿತ್ತು. ಕೆಲವು ಸನಾತನಿಗಳಿಗೆ ಆಂತರಿಕವಾಗಿ ಯೋಗ್ಯ ಎಂಬ ಭಾವನೆ ಇತ್ತು. ಆದರೆ ಪ್ರಚಾರ ಪ್ರಾರಂಭಿಸಿ ಎಂಟು ವರ್ಷವಾದರೂ ಒಂದೇ ಒಂದು ವಿವಾಹವನ್ನು ಕುದುರಿಸಲು ಭಟ್ಟರಿಗೆ ಸಾಧ್ಯವಾಗಲಿಲ್ಲ.

ಅದಕ್ಕೆ ಮುಖ್ಯವಾಗಿ ಎರಡು ಕಾರಣಗಳನ್ನು ಗುರುತಿಸಬಹುದು. ಮೊದಲನೆಯದು, ಸಮಾಜದಲ್ಲಿ ಜಾತಿಭ್ರಷ್ಟರಾಗಿ ಶೂದ್ರರಿಗಿಂತ ಕಡೆಯಾಗಿ ಬದುಕುತ್ತಿದ್ದ ಮಾಲೇರ ಜಾತಿ ಅವರ ಎದುರಿಗಿತ್ತು. ತಾವು ವಿಧವೆಯನ್ನು ಮದುವೆಯಾದರೆ ತಮಗೆ ಜಾತಿ ಬಹಿಷ್ಕಾರ ನೀಡಿದರೆ ತಾವು ಮತ್ತೊಂದು ಕೀಳುಜಾತಿಯವರಾಗುವ ಭೀತಿ ಹುಟ್ಟುತ್ತಿತ್ತು. ಸಮಾಜ ಬಾಂಧವರಿಂದ, ಗುರುಮಠದಿಂದ ಬಹಿಷ್ಕಾರ ಎದುರಿಸಿ ಬದುಕುವ ಧೈರ್ಯ ಇರಲಿಲ್ಲ.

ನುಡಿದಂತೆ ನಡೆದರು

ಅಕದಾಸ ಭಟ್ಟರ ಹೆಂಡತಿ ಸೀತಾಬಾಯಿ 1929ರಲ್ಲಿ ಮಲೇರಿಯಾ ಪೀಡಿತರಾಗಿ ತೀರಿಕೊಂಡರು. ಇದು ಭಟ್ಟರಿಗೆ ಅತ್ಯಂತ ದುಃಖದಾಯಕ ಸಂಗತಿಯಾಗಿತ್ತು. ಆದರೆ ದೇವರು ತಮ್ಮ ಪ್ರಾಮಾಣಿಕತೆಯ ಬಗ್ಗೆ, ಸತ್ವಪರೀಕ್ಷೆಗಾಗಿ ಒಡ್ಡಿದ ಸವಾಲು ಎಂದು ಪರಿಗಣಿಸಿದರು. ಸ್ವತಃ ಒಬ್ಬ ವಿಧವೆಯನ್ನು ಲಗ್ನವಾಗಿ ತಮ್ಮನ್ನು ತೀರಾ ಹಗುರವಾಗಿ, ಹಾಸ್ಯಾಸ್ಪದವಾಗಿ ಕಂಡ ಗುರುಮಠ ಹಾಗೂ ಸನಾತನಿಗಳನ್ನು ಎದುರಿಸಲು ಸಿದ್ಧರಾದರು.

ಭಟ್ಟರ ಈ ನಿರ್ಧಾರ ಸನಾತನಿಗಳನ್ನು ನಿಜಕ್ಕೂ ಕಂಗೆಡಿಸಿತು. ತಾಲೂಕಿನ ಕೆಲ ಆಢ್ಯ ಶ್ರೀಮಂತರು ಭಟ್ಟರ ಈ ದೃಢನಿರ್ಧಾರವನ್ನು ಬದಲಿಸಲು ಹೆಣಗಾಡಿದರು. 'ತತ್ವದ ಮೇಲೆ ಬದುಕುವುದು ಕಷ್ಟ, ವ್ಯಾವಹಾರಿಕ ಧರ್ಮವನ್ನು ಬಿಟ್ಟು ನಡೆಯುವುದು ಸೂಕ್ತವಲ್ಲ. ನಿಮಗೆ ವಿಧವಾ ವಿವಾಹ ಮಾಡಿಸಿಯೇ ತೀರಬೇಕೆಂಬ ಹಠವಿದ್ದರೆ ನಾವು ನಿಮ್ಮೊಂದಿಗೆ ಸಹಕರಿಸುತ್ತೇವೆ. ಯಾವುದಾದರೂ ಒಬ್ಬ ಬಡವನಿಗೆ ವಿಧವೆಯೋರ್ವಳನ್ನು ವಿವಾಹ ಮಾಡಿಸುವ ಶಾಸ್ತ್ರ ಮಾಡುವ. ಆದರೆ ನೀವು ಮಾತ್ರ ವಿಧವೆಯನ್ನು ವಿವಾಹವಾಗುವುದು ಬೇಡ' ಎಂಬುದು ಅವರ ವರಸೆಯಾಗಿತ್ತು, 'ಗುರುಮಠ'ವು ಅವರನ್ನು ಕರೆಯಿಸಿ, "ಇದು ಒಳ್ಳೇದಲ್ಲ. ಸಮಾಜದಲ್ಲಿ ವಿಧವೆಯಾದವಳನ್ನು ಮದುವೆಯಾದರೆ ನಿನ್ನ ವಜನು ಕಮ್ಮಿಯಾಗುತ್ತದೆ. ಜಾತಿ ಬಹಿಷ್ಕಾರ ಅನಿವಾರ್ಯವಾಗುತ್ತದೆ" ಎಂದು ಬುದ್ಧಿವಾದ ಹೇಳಿತು. ಆದರೆ ಭಟ್ಟರ ಅಚಲ ನಿರ್ಧಾರವನ್ನು ಬದಲಾಯಿಸಲು ಯಾರಿಂದಲೂ ಸಾಧ್ಯವಾಗಲಿಲ್ಲ. ಭಟ್ಟರು ತಾವು ವಿಧವೆಯನ್ನು ಮದುವೆಯಾಗುವ ನಿರ್ಧಾರ

ಬದಲಿಸುವುದಿಲ್ಲ. ಅದರಿಂದ ಎಷ್ಟೇ ಕಷ್ಟನಷ್ಟಗಳಾದರೂ ಎದುರಿಸುತ್ತೇನೆ. ವಿಧವಾ ವಿವಾಹ ಸಮಾಜ ಸ್ವಾಸ್ಥ್ಯಕ್ಕೆ ಅನಿವಾರ್ಯವಾಗಿದ್ದರಿಂದ, ಅದಕ್ಕೆ ಧರ್ಮ ಶಾಸ್ತ್ರಗಳ ಆಧಾರ ಇರುವುದರಿಂದ ಗುರುಮಠಗಳು ಸುಧಾರಣೆಗೆ ಮುಂದಾಗಬೇಕೆಂದು ಒತ್ತಾಯಿಸಿದರು. ಮಠದ ಸ್ವಾಮಿಗಳು, 'ಇನ್ನು ನಿನ್ನಿಷ್ಟ' ಎಂದರು. ಇದರಿಂದ ಭಟ್ಟರು ತಮ್ಮ ವ್ಯವಹಾರ ಜಗತ್ತಿನ ಆಂತರಿಕ ಆತ್ಮೀಯ ಮಿತ್ರರೊಂದಿಗೆ, ಪ್ರತಿಷ್ಠಿತರೊಂದಿಗೆ ಸಂಬಂಧ ಕಡಿದುಕೊಳ್ಳಬೇಕಾಯಿತು. ಭಟ್ಟರ ವಿಧವಾ ವಿವಾಹವನ್ನು ತಡೆಯಲು ಗುರುಮಠದ ಪಾರುಪತ್ತೆಗಾರರು, ಅವರ ಹಿಂಬಾಲಕರು ಸಾಕಷ್ಟು ಪ್ರಯತ್ನವನ್ನೂ ಮಾಡಿದರು. ವಿಧವೆಯರಿದ್ದ ಮನೆಯವರ ಮೇಲೆ ಕಣ್ಣಿಡಲಾಯಿತು. ಪೋಷಕರಿಗೆ ಗುರುಮಠಗಳ ನಿರೂಪವನ್ನು ತಿಳಿಸಿ ಧರ್ಮಬಾಹಿರ ಕೆಲಸ ಮಾಡಬಾರದೆಂದು ಎಚ್ಚರಿಸಲಾಯಿತು. ತಮ್ಮ ಪ್ರಯತ್ನದಿಂದ ಭಟ್ಟರು ಮದುವೆಯಾಗುತ್ತೇನೆಂದರೂ, ಅವರನ್ನು ಮದುವೆಯಾಗಲು ಯಾವ ವಿಧವೆಯೂ ಮುಂದೆ ಬರುವುದಿಲ್ಲ ಎಂಬ ನಂಬಿಕೆ ಅವರಲ್ಲಿತ್ತು.

ವಿಧವಾ ವಿವಾಹದ ಪ್ರಚಾರದ ಸಂದರ್ಭದಲ್ಲಿ ಭಟ್ಟರಿಗೆ ಸಾಗರದ ನಂದೀತಳೆಯ ಬಾಲವಿಧವೆ ಮಹಾಂಕಾಳಮ್ಮನವರ ಪರಿಚಯವಾಗಿತ್ತು. ಚುರುಕು ಬುದ್ಧಿಯ, ಓದುಬರಹ ಬಲ್ಲವರಾದ ಆಕೆಗೆ ಭಟ್ಟರು ಕೈಕೊಂಡ ವಿಧವಾ ವಿವಾಹ ಪ್ರಚಾರದಂತಹ ಸತ್ಕಾರ್ಯದಲ್ಲಿ ಪಾಲ್ಗೊಳ್ಳಲು ಮನಸ್ಸಿತ್ತು. ಆ ಬಗ್ಗೆ ಚರ್ಚಿಸಿ ಆಕೆ ಭಟ್ಟರೊಂದಿಗೆ ಪತ್ರ ವ್ಯವಹಾರ ನಡೆಸಿದ್ದಳು. ಒಮ್ಮೆ ಭೇಟಿಯಾದಾಗ 'ನೀವೇಕೆ ಮರುವಿವಾಹವಾಗಬಾರದು?' ಎಂಬ ಅಕದಾಸರ ಪ್ರಶ್ನೆಗೆ, 'ಲಗ್ನವಾದರೆ ನಿಮ್ಮನ್ನೇ, ಇಲ್ಲವಾದರೆ ಯಾರನ್ನೂ ಲಗ್ನವಾಗಲಾರೆ' ಎಂದು ಉತ್ತರಿಸಿದರಂತೆ. ಅವರ ನೇರ, ದಿಟ್ಟ ಉತ್ತರದಿಂದ 'ಗಂಡುಬೀರಿ' ಎಂದುಕೊಳ್ಳದೆ, ತಮ್ಮ ವಿಸ್ತೃತವಾದ ಸಮಾಜೋದ್ಧಾರದ ಕಾರ್ಯಗಳಿಗೆ ಇಂತಹ ದೃಢಮನಸ್ಸಿನ ಮಹಿಳೆ ಸಹಾಯಕವಾಗಬಹುದು ಎಂದು ತಿಳಿದರು. ಈ ಸಂಗತಿ ಭಟ್ಟರ ಆಪ್ತ ಸಹಪಾಠಿಗಳಲ್ಲೊಬ್ಬರಾದ ಕುಗ್ವೆ ಗಣೇಶಯ್ಯನವರಿಗೆ ಗೊತ್ತಿತ್ತು. ಭಟ್ಟರ ವಿಶಾಲವಾದ ಕಾರ್ಯಚಟುವಟಿಕೆಗಳಿಗೆ ಇಂತಹ ವಿಚಾರವಂತ ಮಹಿಳೆಯ ಅಗತ್ಯವಿದೆ ಎಂದೆನಿಸಿ ಆಕೆಯನ್ನು ಲಗ್ನವಾಗಲು ಭಟ್ಟರಿಗೆ ಸಲಹೆ ನೀಡಿದರು. ವಿಧುರ ಅಕದಾಸರು ವಿಧವೆ ಮಹಾಂಕಾಳಮ್ಮನವರನ್ನು ಲಗ್ನವಾಗಲು ಒಪ್ಪಿದರು. ಈ ವಿಚಾರವನ್ನು ಅಕದಾಸರು, ಮಹಾಂಕಾಳಮ್ಮ, ಕುಗ್ವೆ ಗಣೇಶಯ್ಯನವರನ್ನು ಹೊರತುಪಡಿಸಿದರೆ ಬೇರೆ ಯಾರಿಗೂ ತಿಳಿಯದಂತೆ ಗುಟ್ಟಾಗಿ ಇಡಲಾಯಿತು.

ಸ್ವಾತಂತ್ರ್ಯ ಹೋರಾಟ ತೀವ್ರವಾಗಿದ್ದ ದಿನಗಳು. ಬ್ರಿಟಿಷ್ ನೇರ ಅಧಿಪತ್ಯದ ಮುಂಬಯಿ ಪ್ರಾಂತ್ಯಕ್ಕೊಳಪಟ್ಟ ಕಾರವಾರ ಜಿಲ್ಲೆಯಲ್ಲಿದ್ದಷ್ಟು ಸ್ವಾತಂತ್ರ್ಯ ಹೋರಾಟ ಮೈಸೂರು ರಾಜಾಡಳಿತದ ಪ್ರದೇಶದಲ್ಲಿ ಇರದಿದ್ದರೂ, ಕಾಂಗ್ರೆಸ್ ಚಳವಳಿಯ

ಹೆಸರಲ್ಲಿ ಸಂಘಟನೆ ಪ್ರಾರಂಭಗೊಂಡಿತ್ತು. ನಂದಿತಳೆಯ ಅಂಚೆ ತಿಮ್ಮಯ್ಯನವರಿಗೆ ಆಪ್ತರಾಗಿದ್ದ ಕಾಂಗ್ರೆಸ್ ಮುಂದಾಳು ಸಾಗರದ ಲಕ್ಷ್ಮಣರಾವ್ ಬಾಪಟ್ ಹಾಗೂ ಅವರ ಮಗ ಮೃತ್ಯುಂಜಯ ಬಾಪಟ್ ಎಂಬುವರು ಮಹಾಂಕಾಳಮ್ಮನವರನ್ನು ಕಾಂಗ್ರೆಸ್ ಚಳವಳಿಗೆ ಕಳುಹಿಸಲು ಒತ್ತಾಯಿಸಿದರು. 'ಮನೆಯಲ್ಲಿ ಕುಳಿತು ಆಕೆ ಏನು ಮಾಡಿಯಾಳು? ದೇಶ ಸೇವೆಯನ್ನಾದರು ಮಾಡಲಿ' ಎಂದೆನಿಸಿ ಮಗಳನ್ನು ಕಳಿಸಲು ತಿಮ್ಮಯ್ಯನವರು ಒಪ್ಪಿದರು. ಮಹಾಂಕಾಳಮ್ಮನನ್ನು ಸುಬ್ಬಮ್ಮ ಜೋಯ್ಸ್, ಕಮಲಮ್ಮ ಚಂದೂರ್, ಕಾನಕಾನಳ್ಳಿಯ ಕಾವೇರಮ್ಮನೊಡನೆ ಶಿರಸಿ ತಾಲೂಕಿನ ಹಳ್ಳಿಗಳ ಸತ್ಯಾಗ್ರಹದಲ್ಲಿ ಭಾಗವಹಿಸಲು ಕಳಿಸಲಾಗಿತ್ತು. ಸತ್ಯಾಗ್ರಹಿಗಳು ಬನವಾಸಿ ಬಳಿಯ ಸುಗಾವಿಯಲ್ಲಿ ಸುಬ್ಬಾಭಟ್ಟರ ಮನೆಯಲ್ಲಿ ತಂಗಿದ್ದಾಗ, ಮಹಾಂಕಾಳಮ್ಮ ಕಾಣೆಯಾದಳು. ಇದು ಎಲ್ಲರ ಆತಂಕಕ್ಕೆ ಕಾರಣವಾಗಿತ್ತು. ಆಕೆಯ ತಂದೆ ಕಾಂಗ್ರೆಸ್ ವಿಚಾರದಲ್ಲಿ ಏನೆಂದುಕೊಳ್ಳುತ್ತಾರೆ ಎಂಬ ಚಿಂತೆಯಾಯಿತು. ಎಲ್ಲಿ ಹುಡುಕಿದರೂ ಮಹಾಂಕಾಳಮ್ಮ ಪತ್ತೆಯಾಗಿರಲಿಲ್ಲ. ಆದರೆ ಅವರು ಶಿರಸಿಗೆ ಬಂದು ಪುನಃ ಅಕದಾಸರೊಂದಿಗೆ ವಿವಾಹದ ಬಗೆಗೆ ಚರ್ಚಿಸಿದರು. ಧರ್ಮಬಾಹಿರವಾದ, ಅನೈತಿಕವಾದ ಮದುವೆ ಇದಾಗದೆಂದೂ, ವಿಧವಾ ವಿವಾಹಕ್ಕೆ ಶಾಸ್ತ್ರ ಸಮ್ಮತಿ ಇದೆಯೆಂದು ಖಾತ್ರಿಪಡಿಸಿಕೊಂಡ ಆಕೆ, ಅಕದಾಸರೊಂದಿಗೆ ವಿವಾಹಕ್ಕೆ ಸಿದ್ಧರಾದರು. ಭಟ್ಟರ ಸಹಕಾರಿಗಳು ಈ ವಿಧವಾ ವಿವಾಹ ಶಾಸ್ತ್ರಸಮ್ಮತವಾಗಿ ಅದ್ಧೂರಿಯಿಂದಲೇ ನಡೆಯಬೇಕು ಎಂದು ಆಶಿಸಿದ್ದರು. ಭಟ್ಟರೂ ಅದಕ್ಕೆ ಒಪ್ಪಿದರು. ಕೆಲವು ದಿನಗಳಲ್ಲಿ ಮೃತ್ಯುಂಜಯ ಬಾಪಟ್‌ರವರಿಗೆ ಮಹಾಂಕಾಳಮ್ಮ-ಅಕದಾಸ ಗಣಪತಿ ಭಟ್ಟರ ಮದುವೆಯ ಆಮಂತ್ರಣ ಪತ್ರ ಸಿಕ್ಕಿತು. ಈ ಮದುವೆಯಿಂದ ಸತ್ಯಾಗ್ರಹದಲ್ಲಿ ತೊಡಗಿಕೊಂಡಿರುವ ಸ್ಥಾನಿಕ ಹವ್ಯಕರಲ್ಲಿ ಅಸಮಾಧಾನ ಮೂಡುತ್ತದೆ ಎಂದು ಅವರು ಭಾವಿಸಿದ್ದರು. ಕಾಂಗ್ರೆಸ್ ಮುಖಂಡರಲ್ಲಿ ಈ ಬಗ್ಗೆ ಬಿಸಿಬಿಸಿ ಚರ್ಚೆಯಾಯಿತು. ಆದರೆ ಶಿರಸಿ, ಸಿದ್ದಾಪುರ ತಾಲೂಕಿನಲ್ಲಿ ಕರ ನಿರಾಕರಣೆ ಚಳವಳಿಯ ನೇತೃತ್ವ ವಹಿಸಿದ್ದ ಸರ್ದಾರ ವೆಂಕಟರಾಮಯ್ಯನವರು, 'ಇದು ಸಮಾಜ ಸುಧಾರಣೆಯ ಕಾರ್ಯ. ಇದರಿಂದ ಶತಶತಮಾನಗಳಿಂದ ಸಮಾಜವನ್ನು ಕಾಡುತ್ತಿರುವ ವಿಧವಾ ಸಮಸ್ಯೆ ಪರಿಹಾರಕ್ಕೆ ಮೇಲ್ಪಂಕ್ತಿ ಇಟ್ಟಂತಾಗುತ್ತದೆ' ಎಂದು ಸಮರ್ಥಿಸಿ ಶುಭಕಾಮನೆಯೊಡನೆ ಉಡುಗೊರೆ ಕಳಿಸಿದರು.

ಮಹಾಂಕಾಳಮ್ಮನವರ ತವರಿನಲ್ಲಿಯೂ ಅವರ ಬಂಧು-ಬಳಗದಲ್ಲಿಯೂ ಅಸಮಾಧಾನ ಹೊಗೆಯಾಡಿತು. ಪ್ರಜಾಪ್ರತಿನಿಧಿ ಸಭೆಯ ಸದಸ್ಯತ್ವದಂತಹ ಮಹತ್ವದ ಸ್ಥಾನ ಪಡೆದಿದ್ದ ಅಂಚೆ ತಿಮ್ಮಯ್ಯನವರು, ಬಂಧುಬಳಗದವರ ಕುಹಕದ ಮಾತಿನಿಂದ ಮಗಳ ಕೃತ್ಯ ತಲೆತಗ್ಗಿಸುವಂತಹದು ಎಂದು ಭಾವಿಸಿದರು. ತನ್ನ ಜೀವವಿರುವವರೆಗೆ ಮಗಳ ಮುಖ ನೋಡುವುದಿಲ್ಲ ಎಂಬ ಕಠಿಣ ನಿಲುವು ತಳೆದರು.

ವೆಂಕಟರಾಮಯ್ಯನವರಿಗೆ ಮಹಾಂಕಾಳಮ್ಮ ಪತ್ರ ಬರೆದು, 'ಕಾಂಗ್ರೆಸ್ಸಿನ ನೆಪದಿಂದ ನನ್ನ ಸ್ವಂತ ಕಾರ್ಯ ಮಾಡಿಕೊಳ್ಳಲು ಹೊರಡಲಿಲ್ಲ. ನನ್ನ ಪತಿಯಾದರೂ ಕೇವಲ ಸ್ವಂತಕ್ಕಾಗಿ ಈ ಕೆಲಸ (ವಿಧವಾ ವಿವಾಹ) ಮಾಡುತ್ತಿಲ್ಲವೆಂದು ಎಲ್ಲರಿಗೂ ತಿಳಿದ ವಿಷಯ. ನನ್ನಿಂದ ಕಾಂಗ್ರೆಸ್ಸಿಗೆ ಯಾವುದೇ ಧಕ್ಕೆಯಾದಂತೆ ನನಗೆ ಕಾಣಲಿಲ್ಲ. ನಾವಿಬ್ಬರೂ ವಿಧವಾ ವಿವಾಹವನ್ನು ಪ್ರಚಾರ ಮಾಡುತ್ತ ಇರುತ್ತೇವೆ. ವಿಧವೆಯರ ಕಷ್ಟ ನಿವಾರಣೆಯಾಗುವವರೆಗೂ ಅದೇ ನಮ್ಮ ಧ್ಯೇಯವಾಗಿರುತ್ತದೆಯಲ್ಲದೇ, ಇದರೊಂದಿಗೆ ಕೈಲಾದಷ್ಟು ದೇಶಸೇವೆಯನ್ನೂ ಮಾಡುತ್ತಿರುತ್ತೇವೆ. ನಾನು ಕಾಂಗ್ರೆಸ್ಸಿಗೆ ವಿರೋಧಿಯೆಂದು ನೀವು ಎಂದೂ ತಿಳಿಯಬಾರದು' ಎಂದು ತಿಳಿಸಿದ್ದರು.

ಅಕದಾಸ ಗಣಪತಿ ಭಟ್ಟರು ಹಾಗೂ ಮಹಾಂಕಾಳಮ್ಮನವರ ಪುನರ್ವಿವಾಹ, ವಿಧವಾ ವಿವಾಹ ಆಂದೋಲನಕ್ಕೆ ಭದ್ರ ಬುನಾದಿಯಾಯಿತು. ಮುಂದೆ ನಡೆದ ನೂರಾರು ವಿಧವಾ ವಿವಾಹಗಳಿಗೆ ಪ್ರೇರಣೆಯಾಯಿತು.

ವಿಧವಾ ವಿವಾಹಕ್ಕೆ ನಾಂದಿ ಹಾಡಿದ ಅಕದಾಸ ದಂಪತಿ ಇತರ ದಂಪತಿಗಳಂತೆ ಕೌಟುಂಬಿಕ ಜೀವನಕ್ಕಷ್ಟೇ ತಮ್ಮ ಕರ್ತವ್ಯವನ್ನು ಮಿತಿಗೊಳಿಸಲಿಲ್ಲ. ಎಲ್ಲೆಲ್ಲೂ ಕಂಡುಬರುತ್ತಿದ್ದ ನತದೃಷ್ಟ ವಿಧವೆಯರ ಕಣ್ಣೊರೆಸುವ ಪವಿತ್ರ ಕಾರ್ಯಕ್ಕೆ ಕಟಿಬದ್ಧರಾದರು. ವಿಧವಾ ವಿವಾಹ ಕಾರ್ಯ ನೆರವೇರಿಸುವುದನ್ನು ತಮ್ಮ ಮುಖ್ಯ ಗುರಿಯನ್ನಾಗಿಸಿಕೊಂಡರು.

ಬಹಿಷ್ಕಾರ

1932ರವರೆಗೂ ಪ್ರಗತಿ ಕಾಣದಿದ್ದ ವಿಧವಾ ವಿವಾಹ ಪ್ರಚಾರಕಾರ್ಯ, ಅಕದಾಸರು ರಾಜಾರೋಷವಾಗಿ ವಿಧವೆಯನ್ನು ಮದುವೆಯಾದದ್ದೇ ತಡ ಒಮ್ಮೆಲೇ ಚುರುಕಾಯಿತು. ಮೊದಮೊದಲು ಅಂಜಿಕೆಗೆ ಒಳಗಾಗಿ, ಈ ಕಾರ್ಯದಲ್ಲಿ ಭಟ್ಟರಿಗೆ ಸಹಕರಿಸಲು ಅಳುಕುತ್ತಿದ್ದ ಭಟ್ಟರ ಸಹಕಾರಿಗಳೆನಿಸಿಕೊಂಡವರು, ಈಗ ಧೈರ್ಯವಾಗಿ ಅವರ ಜೊತೆ ಗುರುತಿಸಿಕೊಳ್ಳ ತೊಡಗಿದರು. ಬಾಲ್ಯವಿಧವೆಯರನ್ನು ಹುಡುಕಿ ವಿವಾಹಕ್ಕೆ ಒಪ್ಪಿಸುವ, ವಿಧುರರಿಗೆ ವಿಧವೆಯರನ್ನು ಮದುವೆಯಾಗಲು ಪ್ರೇರೇಪಿಸುವ ಕಾರ್ಯಕ್ಕೆ ಮುಂದಾದರು.

ವಿಧುರರಲ್ಲದೆ ಮೊದಲ ಮದುವೆಯ ಎಷ್ಟೋ ಮಂದಿ ಪುರುಷರು ವಿಧವೆಯರನ್ನು ಕೈಹಿಡಿಯಲು ಮುಂದೆ ಬಂದರು. ಕೆಲವೇ ತಿಂಗಳಲ್ಲಿ ಡಾ.ಗೋಪಾಲಕೃಷ್ಣರಾಯರು, ಪಾಂಡೇಶ್ವರ ಗಣಪತಿ ರಾಯರಂತಹ ವಿದ್ಯಾವಂತರು ವಿಧವೆಯರನ್ನು ಕೈಹಿಡಿದು ಅಕದಾಸ ದಂಪತಿ ಜೊತೆಗೆ ಹೆಜ್ಜೆ

ಹಾಕಿದರು. ಭಟ್ಟರನ್ನು ಬೆಂಬಲಿಸುವವರ, ಹಿಂಬಾಲಿಸುವವರ ಸಂಖ್ಯೆ ದಿನೇದಿನೇ ವೃದ್ಧಿಯಾಗತೊಡಗಿತು.

ಈ ಬದಲಾವಣೆಯಿಂದ ಸನಾತನಿಗಳು ಗಾಬರಿಗೊಂಡರು. ಗುರುಪೀಠ ಅಕದಾಸ ಭಟ್ಟರನ್ನು ಬಹಿಷ್ಕರಿಸಲು ಮುಂದಾಯಿತು.

'ಇಂತಹ ಧರ್ಮ ವಿರೋಧಿ ಕಾರ್ಯದಲ್ಲಿ ಪ್ರವರ್ತನಾದ ಸದರೀ ಗಣಪತಿ ಭಟ್ಟ ಮತ್ತು ಮಹಾಂಕಾಳಮ್ಮ ಇವರ ಸಂಗಡ ಮಾತ್ರವಲ್ಲದೇ, ಇವರ ಸಾಂಸರ್ಗಿಗಳನ್ನು ಯಾವೊಬ್ಬ ಧರ್ಮಾಭಿಮಾನಿಗಳೂ ಸವ್ಯವಹಾರದಲ್ಲಿ ಕೂಡಿ ವರ್ತಿಸತಕ್ಕದ್ದಲ್ಲ. ಅಲ್ಲದೇ ಸಪಂಕ್ತಿ ಭೋಜನದಲ್ಲಿ ಸೇರಿಸತಕ್ಕದ್ದಲ್ಲ' ಎಂದು ತನ್ನ 16 ಸೀಮೆಯ ಶಿಶ್ಯರಿಗೆ, ಭಕ್ತರಿಗೆ ಆದೇಶ ನೀಡಿತು.

ಪ್ರಗತಿ

ಅಕದಾಸ ಗಣಪತಿ ಭಟ್ಟರು ವಿಧವಾ ವಿವಾಹವನ್ನು ವ್ಯವಸ್ಥಿತವಾಗಿ ನಡೆಸಲು ವಿಧವಾ ವಿವಾಹ ಪ್ರಚಾರಕ್ಕೆ ಸಂಘವನ್ನು ಸ್ಥಾಪಿಸಿದ್ದರು. ಶಿರಸಿ ಚನ್ನಪಟ್ಟಣದ ಅವರ ಮನೆಯೇ ಕಛೇರಿಯಾಗಿತ್ತು. ಈ ಸಂಘ ವಿಧವಾ ವಿವಾಹಗಳನ್ನು ಪ್ರೋತ್ಸಾಹಿಸುವುದಲ್ಲದೇ, ಅಂತಹವರಿಗೆ ಪ್ರತ್ಯಕ್ಷ ನೆರವು ನೀಡುತ್ತಿತ್ತು. ಕೇಶಮುಂಡನ ಮಾಡಿಸಿಕೊಂಡ ವಿಧವೆಯರಿಗೆ ಕೂದಲು ಬೆಳೆಯುವವರೆಗೂ ಸಂಘದ ಪೋಷಣೆಯಲ್ಲಿಯೇ ಇಟ್ಟುಕೊಂಡು, ವಿಧಿವತ್ತಾಗಿಯೇ ವಿವಾಹ ನೆರವೇರುವಂತೆ ಏರ್ಪಾಡು ಮಾಡಲಾಗುತ್ತಿತ್ತು. ಮರುಮದುವೆಯಾಗ ಬಯಸುವ ಬಾಲವಿಧವೆಯರು, ಬಾಲವಿಧವೆಯರನ್ನು ವಿವಾಹವಾಗ ಬಯಸುವ ಪುರುಷರು ಮುದ್ರಿತ ಫಾರಂಗಳಲ್ಲಿ ವಿವರಗಳನ್ನು ಭರ್ತಿ ಮಾಡಿ ಕೊಡಬೇಕಾಗಿತ್ತು.

ವಿಧವಾ ವಿವಾಹಕ್ಕೆ ಒಪ್ಪಿಗೆ ನೀಡಿ ವಿವಾಹವಾಗುವವರ ಸಂಖ್ಯೆ ಹೆಚ್ಚಿದಂತೆ ಅಕದಾಸರ ಆಂದೋಲನಕ್ಕೆ ಹೊಸ ಕಳೆ ಹಾಗೂ ಬಲ ಬರಲಾರಂಭಿಸಿತು.

ಅಕ್ಷತ ವಿವಾಹ ಪುನರ್ವಿವಾಹ ವಿಮರ್ಶೆ ನ್ಯಾಯಾನ್ಯಾಯ ಧಾರ್ಮಿಕತೆ, ಅಧಾರ್ಮಿಕತೆ ಸಭೆ

1933ರ ಡಿಸೆಂಬರ್ 18ರಂದು ಶಿರಸಿ ತಾಲೂಕಿನ ಮುಂಡಿಗೇಸರ ಗಣಪತಿ ದೇವಸ್ಥಾನದಲ್ಲಿ 'ಅಕ್ಷತ ವಿವಾಹ ಪುನರ್ವಿವಾಹ ವಿಮರ್ಶೆ, ನ್ಯಾಯಾನ್ಯಾಯ ಧಾರ್ಮಿಕತೆ, ಅಧಾರ್ಮಿಕತೆ' ಕುರಿತು ಹವ್ಯಕ ಮಹಾಜನಗಳ ಸಭೆ ಸೇರಿತು. ಆಲೇಸರ ಉಮಾಮಹೇಶ್ವರ ಹೆಗಡೆ, ಮೋಟಿನಸರ ವೆಂಕಟ್ರಮಣ ಹೆಗಡೆ ಹಾಗೂ ಬಳಗಂಡಿ ನರಸಿಂಹ ಹೆಗಡೆ ಇವರ ನೇತೃತ್ವದಲ್ಲಿ ಏರ್ಪಾಟಾದ ಈ

ಸಭೆಗೆ ಧಾರ್ಮಿಕ ಮುಖಂಡರು, ಕಾನೂನು ತಜ್ಞರು, ಸುಧಾರಣಾವಾದಿಗಳು, ಸನಾತನಿಗಳು ತಮ್ಮ ಅಭಿಪ್ರಾಯ ಮಂಡಿಸಲು ಬಂದಿದ್ದರು. ಶಿರಸಿ, ಸಿದ್ದಾಪುರ, ಕುಮಟಾ, ಹೊನ್ನಾವರ, ಸಾಗರ ಮೊದಲಾದ ಕಡೆಯಿಂದಲೂ ಸಾಕಷ್ಟು ಜನ ಬಂದಿದ್ದರು. ವಿಧವಾ ವಿವಾಹದ ಪರ ಹಾಗೂ ವಿರುದ್ಧ ಸಾಕಷ್ಟು ಚರ್ಚೆ, ಭಾಷಣಗಳಾದರೂ ಯಾವುದೇ ನಿರ್ಣಯಕ್ಕೆ ಬರಲಾಗಲಿಲ್ಲ. ಅಂದಿನ ಸಭೆಗೆ ವಿಶೇಷ ಆಮಂತ್ರಿತರಾಗಿ ಬಂದಿದ್ದ ಬ್ರಹ್ಮರ್ಷಿ ದೈವರಾತರ ಗುರುಗಳಾದ ಅಪ್ರತಿಮ ಸಂಸ್ಕೃತ ವಿದ್ವಾಂಸರಾದ ಕಾವ್ಯಕಂಠ ವಾಶಿಷ್ಠ ಗಣಪತಿ ಶಾಸ್ತ್ರಿಗಳು, "ಅಕ್ಷತರಾಗಲೀ, ಕ್ಷತರಾಗಲೀ ಪುನರ್ವಿವಾಹವನ್ನು ಕೋರುವ ವಿಧವೆಯರಿಗೆ ಪುನರ್ವಿವಾಹ ಮಾಡಿಸುವುದು ಶಾಸ್ತ್ರ ಸಮ್ಮತವೂ, ತತ್ವಾಲೋಚಿತವೂ, ಸಮಾಜ ಹಿತವೂ ಆಗಿದೆ. ಒಂದು ಸರ್ತಿ ಪುನರ್ವಿವಾಹ ಮಾಡಿಕೊಂಡ ವಿಧವೆಯರಿಗೆ ಎರಡನೇ ಪತಿ ತೀರಿಕೊಂಡ ನಂತರ ಮತ್ತೊಂದು ಲಗ್ನ ಮಾಡಿಕೊಳ್ಳುವುದು ಮಾತ್ರ ಶಾಸ್ತ್ರ ಸಮ್ಮತವಾಗುವುದಿಲ್ಲ. 'ಅಕ್ಷತ'ರ ಪುನರ್ವಿವಾಹವು ಪ್ರಥಮ ವಿವಾಹವೆಂದೇ ಪರಿಗಣಿತವಾಗಬೇಕು ಎಂದು ತಮ್ಮ ಸ್ಪಷ್ಟವಾದ ಅಭಿಪ್ರಾಯ ತಿಳಿಸಿದರು.

ಅಖಂಡ ವಿದ್ವಾಂಸರೊಬ್ಬರು ವಿಧವಾ ವಿವಾಹಕ್ಕೆ ನೀಡಿದ ಪ್ರೋತ್ಸಾಹದ ನುಡಿಗಳು ಅಕದಾಸರಲ್ಲಿ ಹೆಚ್ಚಿನ ಆತ್ಮವಿಶ್ವಾಸ ಹಾಗೂ ನೈತಿಕಬಲ ತುಂಬಿದವು.

ನೆಹರು ಗಮನಕ್ಕೆ ವಿಧವೆಯರು

ಪ್ರಾಂತೀಯ ಸರಕಾರ ರಚನೆಗಾಗಿ ಚುನಾವಣೆ ನಡೆಯುವುದಿತ್ತು. ನೆಹರುರವರು ಚುನಾವಣಾ ಪ್ರಚಾರಕ್ಕಾಗಿ ದಕ್ಷಿಣ ಭಾರತಕ್ಕೆ ಆಗಮಿಸಿದ್ದರು. ಶಿರಸಿ – ಸಿದ್ದಾಪುರದ ಸಭೆಗಾಗಿ ಹುಬ್ಬಳ್ಳಿಯಿಂದ ಬರುತ್ತಿದ್ದಾಗ ದಾರಿಯಲ್ಲಿದ್ದ ಗುಂಪನ್ನು ಗಮನಿಸಿದ ಅವರು ಕಾರು ನಿಲ್ಲಿಸಿ ಜನರತ್ತ ಸಾಗಿದರು. ಆ ಗುಂಪಿನಲ್ಲಿ ಕೆಂಪು ಸೀರೆ ಉಟ್ಟ, ಸೆರಗನ್ನು ತಮ್ಮ ಬೋಳು ತಲೆ ಮೇಲೆ ಎಳೆದುಕೊಂಡ ವಿಧವೆಯರನ್ನು ಕಂಡರು. ಕಾರಿನಲ್ಲಿದ್ದ ಕಮಲಾದೇವಿ ಚಟ್ಟೋಪಾಧ್ಯಾಯರು, 'ಅವರು ಗಂಡನನ್ನು ಕಳೆದುಕೊಂಡವರು. ಸಾಂಪ್ರದಾಯಿಕ ನೆಲೆಗಟ್ಟಿನಲ್ಲಿ ಅವರನ್ನು ವಿಧವೆಯರು ಎಂದು ಗುರುತಿಸಿ ನಿಕೃಷ್ಟವಾಗಿ ನೋಡಲಾಗುತ್ತಿದೆ' ಎಂಬ ಮಾಹಿತಿ ನೀಡಿದರು. 'ಏನು ಅಷ್ಟೊಂದು ವಿಧವೆಯರೇ? ಎಂಥ ದುರಾದೃಷ್ಟ', ಎಂದರು ನೆಹರು. 'ಅವರಿಗೆ ನನ್ನ ಸಹಾನುಭೂತಿ ಇದೆ. ಸಾಮಾಜಿಕ ಸುಧಾರಣೆಯ ಕಾರ್ಯ ಕಠಿಣ. ಆದರೂ ನಮ್ಮ ಉತ್ಸಾಹಿ ತರುಣರು ಅವರ ಉದ್ಧಾರಕ್ಕೆ ಮುಂದಾಗಬೇಕು' ಎಂದರು. ಅದೇ ಕಾರಿನಲ್ಲಿದ್ದ ಸ್ವಾತಂತ್ರ್ಯ ಹೋರಾಟಗಾರ ಸರ್ದಾರ್ ವೆಂಕಟರಾಮಯ್ಯನವರು, 'ಅಕದಾಸ ಗಣಪತಿ ಭಟ್ಟರು ಬಾಲವಿಧವೆ ಮಹಾಂಕಾಳಮ್ಮನವರನ್ನು ತಾವೇ ವಿವಾಹವಾಗಿದ್ದಾರೆ. ಆ ದಂಪತಿ ವಿಧವಾ

ವಿವಾಹ ಆಂದೋಲನ ಕೈಗೊಂಡಿದ್ದಾರೆ' ಎಂಬ ಪುಟ್ಟ ವಿವರಣೆ ನೀಡಿದರು. ಅದನ್ನು ಕೇಳಿದ ಪಂಡಿತ್‌ಜೀ 'ಪ್ರತಿಯೊಂದು ಮರಳ್ಗಾಡಿನಲ್ಲಿ ಒಂದೊಂದು ನೀರಿನ ಊಟೆ ಇರುತ್ತದೆ. ನಮಗೆ ಸಾಮಾಜಿಕ ಸುಧಾರಣೆಯ ಕಾರ್ಯಕ್ಕೆ ಊಟೆಗಳು ಸಾಲದು. ಇಂಥ ಪ್ರಯತ್ನದ ಸಿಹಿಗೊಳಗಳು, ಪ್ರವಾಹಗಳು ಬೇಕು' ಎಂದರು. (ಸರ್ದಾರ್ ವೆಂಕಟರಾಮಯ್ಯನವರ ಆತ್ಮವೃತ್ತಾಂತ – 'ಸತ್ಯಾಗ್ರಹಿ')

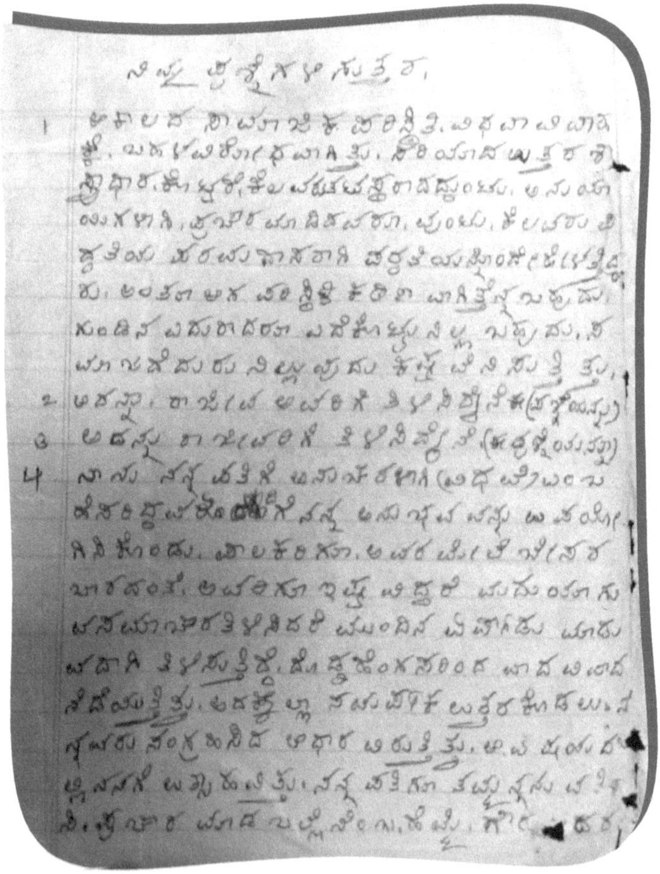

ವಿಧವಾ ವಿವಾಹ ಆಂದೋಲನದ ರೂವಾರಿ ಮಹಾಂಕಾಳಮ್ಮ ಅವರು ಲೇಖಕರ ಪ್ರಶ್ನೆಗಳಿಗೆ ಕೊಟ್ಟಿರುವ ಉತ್ತರ

ವಿಧವಾ ವಿವಾಹಕ್ಕಾಗಿ ಸಾಕಷ್ಟು ಸಭೆಗಳು

ಅಕದಾಸ ದಂಪತಿ ವಿಧವಾ ವಿವಾಹದ ಪ್ರಚಾರ ಕಾರ್ಯ ಹೆಚ್ಚು ವ್ಯವಸ್ಥಿತವಾಗಿ ರೂಪುಗೊಳಿಸಲು 1934ರಲ್ಲಿ (ಶ್ರೀ ಶಕೆ 1858ನೇ ಚೈತ್ರವದ್ಯ 1ನೇ ಕುಜವಾರ) ಶಿರಸಿಯಲ್ಲಿ 'ವಿಧವಾ ವಿವಾಹ ಸಹಾಯಕ ಸಭೆ' ಸ್ಥಾಪಿಸಿದರು. ಈ ಸಭೆಗೆ ಮೋಟಿನಸರದ ವೆಂಕಟರಮಣ ಹೆಗಡೆ ಅಧ್ಯಕ್ಷರಾಗಿದ್ದರು. ಕರಸುಳ್ಳಿ ಗಣಪತಿ ಭಟ್ಟರು ಕಾರ್ಯದರ್ಶಿಯಾಗಿ, ಅಕದಾಸ ಗಣಪತಿ ಭಟ್ಟರು ಹಾಗೂ ಮಹಾಂಕಾಳಮ್ಮ ಸಂಚಾಲಕ/ಪ್ರಚಾರಕರಾಗಿ, ಯಲುಗಾರು ವೆಂಕಟರಮಣ ಭಟ್ಟರು ಹಾಗೂ ಕೆರೆಕೈ ನಾರಾಯಣ ಭಟ್ಟರು ಸದಸ್ಯರಾಗಿ ನೇಮಕಗೊಂಡಿದ್ದರು.

"ಜನರ ಅಜ್ಞಾನ ಮತ್ತು ಅಂಧಶ್ರದ್ಧೆಯ ಮೂಲಕ ಆಗಿರುವ ಮತ್ತು ಆಗತಕ್ಕ ವಿಧವೆಯರ ಗೋಳಾಟವ ಬಲಾತ್ಕಾರಪೂರ್ವಕ ಸಂಯಮ, ಬ್ರಹ್ಮಚರ್ಯೆಗಳ ವಿಷಯಗಳನ್ನು ವರ್ಣಿಸುವುದು ಬಹು ದುಃಖದಾಯಕ ಸಂಗತಿಯೆಂಬುದು ಪ್ರತಿಯೋರ್ವ ಸಮಾಜದ ಅಂತರಂಗ ಪರೀಕ್ಷಕನಿಗೆ ಕಂಡು ಬರುವುದು. ಈ ಪ್ರಕಾರದ ಬಲಾತ್ಕಾರಪೂರ್ವಕ ಬ್ರಹ್ಮಚರ್ಯೆದಿಂದ ಸ್ತ್ರೀ-ಪುರುಷರ ಅವಿಚಾರ ಹಾಗೂ ದುರಾಚಾರಗಳಿಂದ ಭ್ರೂಣ ಹತ್ಯೆ, ಶಿಶು ಹತ್ಯೆಗಳು ಎಷ್ಟಾಗಬಹುದೆಂದು ವರ್ಣಿಸಲಸಾಧ್ಯ. ಅಲ್ಲದೇ ಸಮಾಜದ ಅಂಧರೂಢಿಯ ಭೀತಿಗಂಜಿ, ಅತಿ ಹೇಯವಾದ ವೇಶ್ಯಾವೃತ್ತಿ, ಧರ್ಮಾಂತರ ಪ್ರಸಂಗಗಳು ಆಗಾಗ್ಗೆ ಸಂಭವಿಸುತ್ತ ಸಮಾಜದ ಶಕ್ತಿ ಕ್ಷೀಣತೆ ಹ್ಯಾಗಾಗುತ್ತದೆಂಬುದು ಎಲ್ಲರೂ ತಿಳಿದುಕೊಳ್ಳುವಂತದ್ದು" ಎಂದು ವಿಧವಾ ವಿವಾಹವು ಏಕೆ ಅನಿವಾರ್ಯ ಅಗತ್ಯವೆಂಬುದನ್ನು ಸಭೆಯ ಪ್ರಸ್ತಾವನೆಯಲ್ಲಿ ವಿವರಿಸಲಾಗಿತ್ತು.

"ವಿಧವಾ ವಿವಾಹವು ಶಾಸ್ತ್ರ ಸಮ್ಮತವಾಗಿದ್ದು, ಸಮಾಜ ಸುಧಾರಣೆ ಅಂಗವಾಗಿ ಬೆಳೆಯಬೇಕೆಂದೂ, ಇದರ ಪ್ರಚಾರ ಪ್ರತಿಯೊಬ್ಬನ ಧರ್ಮ ಕರ್ತವ್ಯವೆಂಬ ಭಾವನೆಯಿಂದ ಈ ಸಭೆಯು ಪುನರ್ವಿವಾಹ ಪ್ರಚಾರಕ್ಕಾಗಿ ಸ್ಥಾಪಿಸಲ್ಪಟ್ಟಿರುತ್ತದೆ", ಎಂದು ಹೇಳಲ್ಪಟ್ಟಿತ್ತು. 'ವಿಧವಾ ವಿವಾಹವು ಶಾಸ್ತ್ರ ಸಮ್ಮತವಾಗಿದ್ದು ಸಮಾಜಕ್ಕೆ ಹಿತಕಾರಿಯೂ ಹೌದು' ಎಂದು ಕರಪತ್ರ ಮುಖೇನ ಪ್ರಚಾರ ಮಾಡುವುದು, ಈ ವಿಚಾರದಲ್ಲಿ ಅನುಮಾನ ಇದ್ದವರಿಗೆ ಸತ್ಯಸಂಗತಿಯನ್ನು ಮನವರಿಕೆ ಮಾಡಿಕೊಡುವುದು, ವಿವಾಹೇಚ್ಛೆ ಸ್ತ್ರೀ-ಪುರುಷರಿಗೆ ಪ್ರೋತ್ಸಾಹ ನೀಡುವುದು; ಮೊದಲಾದವುಗಳು ಈ ಸಭೆಯ ಉದ್ದೇಶವಾಗಿತ್ತು. ಪ್ರಚಾರದ ಉದ್ದೇಶಕ್ಕಾಗಿಯೇ ಅಕದಾಸರು, 'ಹಿಂದೂ ವಿಧವಾ ವಿವಾಹದ ವಿಷಯದಲ್ಲಿ ವೇದ ಶಾಸ್ತ್ರಾಧಾರಗಳು' ಹಾಗೂ 'ಬಾಲ ವಿಧವಾ ವಿವಾಹದ ಪ್ರಚಾರಕ್ಕೆ ವಿಜ್ಞಾಪನೆ ಮತ್ತು ಈ ಬಗ್ಗೆ ಅನೇಕ ಮಹನೀಯರುಗಳ ಅಭಿಪ್ರಾಯಗಳು' ಎಂಬ ಕಿರುಹೊತ್ತಿಗೆಗಳನ್ನು ಸಂಪಾದಿಸಿ ಪ್ರಕಟಿಸಿದ್ದರು.

ವೇದ ಶಾಸ್ತ್ರಾಧಾರಗಳೊಂದಿಗೆ ಇಂದೂರಿನ ಶ್ರೀ ಆರ್.ಬಿ. ನಾನಕ್ ಅವರು ಬರೆದ 'ವಿಧವಾ ವಿವಾಹ' ಗ್ರಂಥದಿಂದ ಪುನರ್ವಿವಾಹ ವಾದಿಗಳಾದ ಆ ಕಾಲದ ರಾಷ್ಟ್ರೀಯ ಮುಖಂಡರ ಹೆಸರುಗಳನ್ನು ಪ್ರಕಟಿಸಿದ್ದರು. ಇದರೊಂದಿಗೆ ಲಾಹೋರಿನಲ್ಲಿ ಸ್ಥಾಪಿತವಾದ 'ವಿಧವಾ ವಿವಾಹ ಸಹಾಯಕ ಸಭೆ'ಯ ಬಗೆಗೂ ಮಾಹಿತಿ ನೀಡಿದ್ದರು. ಸಾಗರದ ಜಾಣ ಮಂಜಪ್ಪನವರು ರಚಿಸಿದ್ದ 'ಹಿಂದೂ ವಿಧವೆಯರ ಸಂಕಷ್ಟ' ಎಂಬ 39 ಚರಣಗಳ ನೀಳ್ಗವನವೊಂದನ್ನು ಭಟ್ಟರು ಪ್ರಕಟಿಸಿ, ತಮ್ಮ ಪ್ರಚಾರಕಾರ್ಯದಲ್ಲಿ ಬಳಸಿಕೊಂಡರು. ಪ್ರಚಾರದ ಸಂದರ್ಭದಲ್ಲಿ ಭಟ್ಟರು ಆತ್ಮವಿಶ್ವಾಸದಿಂದ ದೃಢವಾಗಿ, ಆಧಾರಸಹಿತ ತಮ್ಮ ನಿಲುವನ್ನು ಸ್ಪಷ್ಟಪಡಿಸುತ್ತಿದ್ದರು. ಅವರನ್ನು ವಾದದಲ್ಲಿ ಗೆಲ್ಲುವುದು ಸುಲಭವಾಗಿರಲಿಲ್ಲ. ಭಟ್ಟರು ಯಾವುದೇ ಸಂದರ್ಭದಲ್ಲಿ ತಾಳ್ಮೆಗೆಟ್ಟು ಇನ್ನೊಬ್ಬರೊಂದಿಗೆ ಜಗಳ ಕಾಯ್ದ ಘಟನೆ ಇರಲಿಲ್ಲ. ತಮ್ಮ ವಿಚಾರಗಳನ್ನು ಇನ್ನೊಬ್ಬರ ಮೇಲೆ ಒತ್ತಾಯದಿಂದ ಹೇರುವುದಕ್ಕಿಂತ, ತಾಳ್ಮೆಯಿಂದ ಎಲ್ಲವನ್ನೂ ವಿವರಿಸಿ ಕೇಳುಗರ ಮನವೊಲಿಸುವ ಕಲೆ ಅವರಿಗೆ ಕರಗತವಾಗಿತ್ತು. ಪ್ರತಿಯೊಂದನ್ನೂ ಸಾಧಾರಸಹಿತ ವಿವರಿಸುತ್ತಿದ್ದರಿಂದ, ಒಮ್ಮೆ ಅವರನ್ನು ಅರಿತವರು ಅವರ ಅನುಯಾಯಿಗಳಾಗಿ ಬಿಡುತ್ತಿದ್ದರು.

ಪ್ರಚಾರದ ಸಿಹಿ-ಕಹಿ

ಅಕದಾಸ ದಂಪತಿ ತಮ್ಮ ಪ್ರಚಾರ ಕಾರ್ಯದಲ್ಲಿ ಮೊದಮೊದಲು ತೀವ್ರ ವಿರೋಧ ಹಾಗೂ ಅವಹೇಳನವನ್ನು ಎದುರಿಸಬೇಕಾಯಿತು. ಬನವಾಸಿ, ಹೇರೂರು ಮೊದಲಾದ ಕಡೆಯಲ್ಲಂತೂ ಈ ದಂಪತಿ ತೀವ್ರ ವಿವಾದಕ್ಕೆ ಸಿಲುಕಿದ್ದರು. ವಿಧವಾ

ವಿವಾಹ ಚರ್ಚೆಗಾಗಿಯೇ ಬನವಾಸಿಯಲ್ಲಿ ಒಂದು ಸಭೆ ಸೇರಿತ್ತು. ಅಂದು ಭೋಜನ ಶಾಲೆಯ ಪ್ರವೇಶದ್ವಾರದಲ್ಲಿ "ಪುನರ್ವಿವಾಹ ಮಾಡಿಕೊಂಡ ದಂಪತಿಗಳಿಗೂ, ಅವರ ಸಾಂಸರ್ಗಿಗಳಿಗೂ ಪ್ರವೇಶವಿಲ್ಲ", ಎಂದು ಬರೆಯಲಾಗಿತ್ತು.

ಆದರೆ, 'ಸಾಂಸರ್ಗಿ'ಗಳಿಗೆ ಇದನ್ನು ಲಾಗೂ ಮಾಡಲಾಗದೇ ಕೇವಲ ದಂಪತಿಗಳನ್ನು ಮಾತ್ರ ಹೊರಗಿಡಲಾಯಿತು. 'ಪುನರ್ವಿವಾಹ ಮಾಡಿಕೊಂಡವರನ್ನು ತಮ್ಮ ಮನೆಯಲ್ಲಿ ಸೇರಿಸಿಕೊಳ್ಳುವುದಿಲ್ಲ, ನೀರು ಕೂಡ ಕೊಡುವುದಿಲ್ಲ' ಎಂಬ ಸನಾತನಿಗಳ ದೃಢನಿರ್ಧಾರವೂ ಕ್ಷೀಣಿಸಿ, ಸಹಪಂಕ್ತಿಯಲ್ಲಿ ಮಾತ್ರ ಸೇರಿಸುವುದಿಲ್ಲ ಎಂಬಲ್ಲಿಗೆ ಬಂದಿತು. ಕ್ರಮೇಣ ಅವರಿಗೆ ಅಡ್ಡಪಂಕ್ತಿಯಲ್ಲಿ ಊಟ ಹಾಕುವುದು ಪ್ರಾರಂಭವಾಯಿತು. 'ಪುನರ್ವಿವಾಹದಿಂದ ಹುಟ್ಟಿದ ಮಕ್ಕಳಿಗೆ ಆಸ್ತಿಯಲ್ಲಿ ಹಕ್ಕಿಲ್ಲ' ಎಂದು ಸನಾತನಿಗಳು ಪ್ರಚಾರಕೈಗೊಂಡರೆ, ಅಂಥ ಮಕ್ಕಳಿಗೆ ಆಸ್ತಿಯಲ್ಲಿ ಹಕ್ಕಿದೆ ಎಂದು ನ್ಯಾಯಾಲಯ ನೀಡಿದ ತೀರ್ಪನ್ನು ಭಟ್ಟರು ಮುದ್ರಿಸಿ ಹಂಚಿದರು. ಗುರುಮಠದವರು ವಿಧವಾ ವಿವಾಹವಾದವರಿಗೆ, ಅವರ ಬೆಂಬಲಿಗರಿಗೆ 'ಸಮನ್ಸ್' ಜಾರಿ ಮಾಡಿ ವಿವರಣೆ ಕೇಳುತ್ತಿದ್ದರು ಹಾಗೂ ಬಹಿಷ್ಕಾರದ ಬೆದರಿಕೆ ಹಾಕುತ್ತಿದ್ದರು. ಅಕದಾಸರಿಂದ ಪ್ರಭಾವಿತರಾದ ಎಷ್ಟೋ ಮಂದಿ ಈ ಸಮನ್ಸ್‌ಗಳಿಗೆ ಧೈರ್ಯವಾಗಿ ಶಾಸ್ತ್ರಾಧಾರಗಳಸಹಿತ ಸಮರ್ಥಿಸಿ ಉತ್ತರ ಬರೆಯುತ್ತಿದ್ದರು. ಬಹಿಷ್ಕಾರದ ಬೆದರಿಕೆಗೆ ಬಗ್ಗುವುದಿಲ್ಲ ಎಂಬುದು ಮಠಗಳಿಗೆ ಅರಿವಾಗತೊಡಗಿತು. ಮುಖಭಂಗ ತಪ್ಪಿಸಿಕೊಳ್ಳಲು ಸಮನ್ಸ್ ನೀಡಿ ವಿವರಣೆ ಕೇಳುವ ಪರಿಪಾಠ ಕೈಬಿಡಲಾಯಿತು. ಗುರಿಕಾರರಿಂದ ವಿಧವಾವಿವಾಹಿತರ, ಅದಕ್ಕೆ ಸಂಬಂಧಿಸಿದವರ ಪಟ್ಟಿ ತರಿಸಿಕೊಂಡು ಅವರನ್ನು ಬಹಿಷ್ಕರಿಸಿದ ರಾಯಸ ಪಾರುಪತ್ಯೆಗಾರರಿಂದ ರವಾನೆ ಮಾಡಲಾಗುತ್ತಿತ್ತು. ಅದನ್ನು ಜನರು ಗಂಭೀರವಾಗಿ ಪರಿಗಣಿಸದ ಹಿನ್ನೆಲೆಯಲ್ಲಿ ಬಹಿಷ್ಕಾರದ ತೀಕ್ಷ್ಣತೆ ಕಡಿಮೆಯಾಯಿತು.

ಶಿರಸಿಯ ಸುತ್ತಮುತ್ತ ಮಾತ್ರ ಮೊದಮೊದಲು ಪ್ರಚಾರದಲ್ಲಿದ್ದ ಈ ಆಂದೋಲನ ಕ್ರಮೇಣ ಘಟ್ಟದ ಕೆಳಗಿನ ಕುಮಟಾ, ಹೊನ್ನಾವರದ ಕಡೆಗೂ, ಕ್ರಮೇಣ ಇಡೀ ಜಿಲ್ಲೆಗೂ ವ್ಯಾಪಿಸಿತು. ನಂತರ ದಕ್ಷಿಣ ಕನ್ನಡ ಹಾಗೂ ಹಳೇ ಮೈಸೂರಿನ ಪ್ರಾಂತ್ಯಗಳಿಗೆ ವಿಸ್ತರಿಸಿತು. ಭಟ್ಟರು ಸಾಮಾನ್ಯವಾಗಿ ಉಗ್ರ ವಿರೋಧವಿರುವಲ್ಲಿ ಹೋಗುತ್ತಿರಲಿಲ್ಲ. ಅಲ್ಲಿ ವಿರೋಧಕ್ಕಾಗಿ ವಿರೋಧ ಇರುತ್ತಿತ್ತು. ವಿತಂಡವಾದ ಎದುರಾಗುತ್ತಿತು. ಆ ಸ್ಥಿತಿಯಲ್ಲಿ ವಿಧವಾ ವಿವಾಹದ ಬಗೆಗೆ ಯಾವುದೇ ವಿಚಾರವನ್ನು ಮನವೊಲಿಸಿ ಹೇಳಲು ಸಾಧ್ಯವಾಗುತ್ತಿರಲಿಲ್ಲ.

ಪ್ರಚಾರಕಾರ್ಯದಲ್ಲಿ ಅವರ ಪತ್ನಿ ಮಹಾಂಕಾಳಮ್ಮನವರು ಮಹತ್ವದ ಪಾತ್ರ ವಹಿಸುತ್ತಿದ್ದರು. ಎಷ್ಟೋ ವಿಚಾರಗಳನ್ನು ಸಮಸ್ಯೆಗಳನ್ನು ತಮ್ಮ ಮಡದಿಯೊಂದಿಗೆ ಚರ್ಚಿಸಿಯೇ ಒಂದು ನಿರ್ಣಯಕ್ಕೆ ಬರುತ್ತಿದ್ದರು.

ವಿಧವಾ ವಿವಾಹ ಪ್ರಚಾರಕ್ಕೆಂದು ಹಾಸನಕ್ಕೆ ಹೋದಾಗಿನ ಘಟನೆಯೊಂದು ಈ ರೀತಿ ಇದೆ. ಹಾಸನದ ಮುನಿಸಿಪಲ್ ಹಾಲ್‌ನಲ್ಲಿ ಸಭೆ ಸೇರಿತ್ತು. ವಕೀಲ ರಾಮಚಂದ್ರರಾಯರು ಅಧ್ಯಕ್ಷತೆ ವಹಿಸಿದ್ದರು. 'ವಿಧವಾ ವಿವಾಹ ಬ್ರಾಹ್ಮಣ ರಲ್ಲಾಗುವುದೇ ಇಲ್ಲ. ನೀವು ಬ್ರಾಹ್ಮಣರೇ ಅಲ್ಲ' ಎನ್ನುತ್ತಾ ಕೆಲವು ಉಮೇದುವಾರಿ ಕಾಲೇಜು ಹುಡುಗರು ಸಭೆಯಲ್ಲಿ ಹುಯಿಲೆಬ್ಬಿಸಿದರು. ಸಭೆಯಲ್ಲಿ ಮಾತಾಡಿದ ಮಹಾಂಕಾಳಮ್ಮನವರು, 'ನೀವಿನ್ನೂ ಚಿಕ್ಕವರು, ಜೀವನದ ಅನುಭವವಿಲ್ಲದೆ ಏನನ್ನೂ ಹೇಳಬೇಡಿ. ಒಂದು ಗಂಡು ಲಗ್ನದಲ್ಲಿ, 'ಧರ್ಮೇಚ, ಅರ್ಥೇಚ, ಕಾಮೇಚ, ನಾತಿಚರಾಮಿ' ಎಂದು ಪ್ರತಿಜ್ಞೆಗೈಯ್ಯುತ್ತಾನೆ. ಅದನ್ನು ನಡೆಸುತ್ತಾನೋ ಹೇಗೆ? ವಿಧವೆಯಾದರೆ ಹೆಣ್ಣು ಕೇಶ ಮುಂಡನ ಮಾಡಿಸಿಕೊಂಡು, ಕೆಂಪು ಸೀರೆ ಉಡಬೇಕು. ಹೆಂಡತಿ ಸತ್ತರೆ ಗಂಡು ಮೀಸೆ, ಹುಬ್ಬು ಬೋಳಿಸಿಕೊಂಡು ಕಾವಿ ಉಡ್ತಾನೋ ಹೇಗೆ? ಮದುವೆ ಎನ್ನುವುದು ಇಬ್ಬರಿಗೂ ಒಂದೇ. ಹೆಣ್ಣು ಗಂಡು ಸಮನ್ವಯವಾದಾಗ ಮಾತ್ರ ಪ್ರಪಂಚ ಸಾಧ್ಯ', ಎಂದು ದಿಟ್ಟತನದಲ್ಲಿ ಮಾತನಾಡಿದರು. ಸಭೆಯಲ್ಲಿ ಗಲಾಟೆಯ ಸದ್ದು ಅಡಗಿ ಹೋಯಿತು. ಸಭೆಯಲ್ಲಿದ್ದ ಎಷ್ಟೋ ಹಿರಿಯರು ಸಹ ಆ ತರುಣರಿಗೆ ಛೀಮಾರಿ ಹಾಕಿದರು. 'ವಿಧವೆಯರನ್ನು ತಾಯಿ ಅಥವಾ ಸಹೋದರಿಯರಂತೆ ಕಾಣುತ್ತೇವೆ ಹಾಗೂ ಅವರನ್ನು ಯೋಗ್ಯವಾಗಿ ರಕ್ಷಿಸುತ್ತೇವೆ' ಎಂದು ಆ ಹುಡುಗರಿಂದ ಭಾಷೆ ತೆಗೆದುಕೊಂಡರು. ಈ ರೀತಿಯ ಸಂದರ್ಭಗಳನ್ನು ಎದುರಿಸುವ ಧೈರ್ಯ ಮಹಾಂಕಾಳಮ್ಮನವರಲ್ಲಿ ರಕ್ತಗತವಾಗಿತ್ತು.

ಎಷ್ಟೋ ಬಾರಿ ಏನಾದರೂ ಸಮಸ್ಯೆಗಳು ಎದುರಾದರೆ ಅದನ್ನು ಸೂಕ್ತವಾಗಿ ವಿಚಾರಿಸಿ, ಪರಿಹಾರ ಸೂಚಿಸಲು ಅಕದಾಸರು ಮಹಾಂಕಾಳಮ್ಮನವರಿಗೆ ಅವಕಾಶ ನೀಡುತ್ತಿದ್ದರು. ಅದೊಂದು ರೀತಿಯಿಂದ ಮಹಾಂಕಾಳಮ್ಮನವರ ಬುದ್ಧಿಮತ್ತೆಗೆ ಆಹ್ವಾನವಾಗಿರುತ್ತಿದ್ದವು.

ಬೇಂದ್ರೆ ಪೌರೋಹಿತ್ಯದಲ್ಲಿ ವಿಧವಾ ವಿವಾಹ

ಅಕದಾಸ ದಂಪತಿಗಳು ನೂರಿಪ್ಪತ್ತಕ್ಕೂ ಹೆಚ್ಚು ವಿಧವಾ ವಿವಾಹಗಳನ್ನು ಮುಂದೆ ನಿಂತು ನೆರವೇರಿಸಿದರು. ಅವರಲ್ಲಿ ಖ್ಯಾತ ಪತ್ರಕರ್ತ, ಸಾಹಿತಿ ದಿವಂಗತ ಜಿ.ಆರ್. ಪಾಂಡೇಶ್ವರ ಹಾಗೂ ಖ್ಯಾತ ವೈದ್ಯ, ಸಾಹಿತಿ ಡಾಕ್ಟರ್ ಎಂ. ಗೋಪಾಲಕೃಷ್ಣರಾಯರು ಸೇರುತ್ತಾರೆ. ಪಾಂಡೇಶ್ವರರ ಲಗ್ನ ಶಿರಸಿಯ ಅಕದಾಸರ ಮನೆಯಲ್ಲೇ ನಡೆಯಿತು. ಡಾಕ್ಟರ್ ಗೋಪಾಲಕೃಷ್ಣರಾಯರ ಲಗ್ನ ಧಾರವಾಡದಲ್ಲಿ ವರಕವಿ ದ.ರಾ. ಬೇಂದ್ರೆಯವರ ಸಮ್ಮುಖದಲ್ಲಿ ನಡೆಯಿತು.

(ದಿವಂಗತ ಬೇಂದ್ರೆಯವರ ಪೌರೋಹಿತ್ಯದಲ್ಲಿಯೇ ಲಗ್ನ ನಡೆಯಿತು ಎಂದಿದ್ದಾರೆ ಮಹಾಂಕಾಳಮ್ಮನವರು)

ಸಾಧನೆಯ ಬೆಳಕು

ಅಕದಾಸ ದಂಪತಿ ಸುಮಾರು ಹನ್ನೊಂದೂವರೆ ವರ್ಷದ ಅವಧಿಯಲ್ಲಿ ಎಷ್ಟೋ ಮಂದಿ ಹತಾಶ ವಿಧವೆಯರ ಬಾಳಿಗೆ ಬೆಳಕನ್ನೆರೆದಿದ್ದಾರೆ. ಭವಿಷ್ಯದ ಕಾರ್ಗತ್ತಿಲಿನಲ್ಲಿ ಮುದುಡಿ ಹೋಗಬಹುದಾದ ಅವರ ಬದುಕನ್ನು ಚಿಗುರಿಸಿದ್ದಾರೆ. 1944ರಲ್ಲಿ ಒಂದು ದಿನ ಭಟ್ಟರು ತಮ್ಮ ವಖಾರಿಯಿಂದ ಬಂದು ಆಯಾಸ ಪರಿಹರಿಸಿಕೊಳ್ಳಲು ಕುಳಿತಲ್ಲೇ ಹೃದಯ ಸ್ತಂಭನದಿಂದ ಮರಣ ಹೊಂದಿದರು. ಅವರ ಕೊನೆಯುಸಿರಿನವರೆಗೂ ಸಮಾಜಸೇವೆಯಲ್ಲೇ ತೊಡಗಿದ್ದರು. ಅವರ ಅಂತ್ಯಕ್ರಿಯೆಗೆ ಜಾತಿ, ಮತಗಳ ಬೇಧವಿಲ್ಲದೇ, ಅವರ ವಿರೋಧಿಗಳೂ ಸೇರಿ ಸಹಸ್ರ ಸಂಖ್ಯೆಯಲ್ಲಿ ಜನ ಆಗಮಿಸಿದ್ದರು. ಇದು ಅವರ ಸಾಧನೆಯ ಪ್ರತಿಬಿಂಬವಾಗಿತ್ತು.

ಅಕದಾಸರು ಪ್ರಾರಂಭಿಸಿದ ವಿಧವಾ ವಿವಾಹ ಆಂದೋಲನಕ್ಕೆ ಆಗ ಕಾಲ ಪರಿಪಕ್ವವಾಗಿತ್ತು. ಭಟ್ಟರ ಪ್ರಚಾರ ಹಾಗೂ ಪರಿಶ್ರಮದಿಂದ ಜನಜಾಗೃತಿ ಬೆಳೆದಿತ್ತು. ಅಕದಾಸರ ಆಕಸ್ಮಿಕ ಮರಣದಿಂದ ಆಂದೋಲನ ಹಠಾತ್ತಾಗಿ ಮುಗಿದೇ ಹೋಯಿತು ಎಂಬ ಭ್ರಮೆ ಕೆಲಕಾಲ ಇತ್ತು. ಆದರೆ ಶ್ರೀಮತಿ ಮಹಾಂಕಾಳಮ್ಮನವರು ಕೌಟುಂಬಿಕ ಸಮಸ್ಯೆ, ಅಡಿಕೆ ವಖಾರಿಯ ಪಾಲುದಾರರಾಗಿದ್ದ ವಿಷ್ಣು ಹೆಗಡೆಯವರಿಂದಾದ ಮೋಸ, ಮಗನ ಆರೈಕೆ ಇವುಗಳ ಗೋಜಲಿನಲ್ಲಿಯೂ ಧೃತಿಗೆಡದೆ ಈ ಪವಿತ್ರ ಕಾರ್ಯವನ್ನು ಮುಂದುವರೆಸಿಕೊಂಡು ಬಂದರು. ಈ ಅವಧಿಯಲ್ಲಿ ಸುಮಾರು ಇಪ್ಪತ್ತೇಳು ವಿಧವಾ ವಿವಾಹಗಳನ್ನು ನೆರವೇರಿಸಿದರು.

ಈ ಆಂದೋಲನ ಕಾಲದಲ್ಲಿ ಸುಧಾರಣಾ ಮನೋಭಾವದಲ್ಲಿ ನೂರಾರು ವಿವಾಹಗಳೇನೋ ಆಗಿ ಹೋದವು. ಆ ದಂಪತಿಗಳ ಹಾಗೂ ಅವರ ಮಕ್ಕಳ ಕಥೆ ಮುಂದೇನಾಯಿತು ಎಂಬ ಪ್ರಶ್ನೆ ಸಹಜವಾಗಿ ಉದ್ಭವಿಸುತ್ತದೆ. "ಬಹುತೇಕ ವಿಧವಾ ವಿವಾಹಗಳು ಯಶಸ್ವಿಯಾಗಿವೆ. ವಿವಾಹವಾದ ಪ್ರಾರಂಭದಲ್ಲಿ ಈ ದಂಪತಿ ಹಲವು ರೀತಿ ತೊಂದರೆಗಳನ್ನು ಅನುಭವಿಸಬೇಕಾಯಿತು. ಮಂಗಲ ಕಾರ್ಯಗಳನ್ನು ನೆರವೇರಿಸುವಾಗ ಹಾಗೂ ಇತರ ಧಾರ್ಮಿಕ ಕಾರ್ಯಗಳನ್ನು ಕೈಗೊಂಡರೆ ಪುರೋಹಿತರೇ ಸಿಗದಂತಹ ಪರಿಸ್ಥಿತಿ ಇತ್ತು. ಮುಂದೆ ಹೇಗಪ್ಪಾ? ಎಂದು ಚಿಂತಿಸುವ ಪ್ರಸಂಗ ಬರುತ್ತಿತ್ತು. ಆದರೆ ಕಾಲಕ್ರಮೇಣ ಪರಿಸ್ಥಿತಿ ಸುಧಾರಣೆಯಾಗುತ್ತಾ ಬಂತು. ಅಕದಾಸರು ಮೂಡಿಸಿದ ಜನಜಾಗೃತಿಯಿಂದ ಅಕ್ಷತಯೋನಿ ವಿಧವೆಯರನ್ನು ಮದುವೆಯಾಗಲು ಅಳುಕಿಲ್ಲದೆ ಜನರು ತಯಾರಾದರು. ಒಂದು ಕಾಲಕ್ಕೆ ತುಂಬ ಬಿಗಿಯಾಗಿ ವರ್ತಿಸುತ್ತಿದ್ದ ಪುರೋಹಿತರು ತಂದೆತಾಯಿಯರಿಗೆ ಕನ್ಯಾ ಸಂಸ್ಕಾರ ನೆರವೇರಿಸಿ, ಧಾರೆ ಎರೆದುಕೊಡುವ ಅಧಿಕಾರವಿದೆ ಎಂದು ಸಾರುತ್ತಾ ನಿಸ್ಸಂಕೋಚವಾಗಿ ಶಾಸ್ತ್ರೋಕ್ತವಾಗಿ ವಿವಾಹ

ಕಾರ್ಯ ನೆರವೇರಿಸತೊಡಗಿದರು. ಊಟದಲ್ಲಿಯೂ ಮೊದಲಿದ್ದ ಅಡ್ಡಪಂಕ್ತಿ ನಿಂತು ಕ್ರಮೇಣ ಆ ತೊಡರೂ ಕಡಿಮೆಯಾಯಿತು.

'ಆದರೆ ವಿವಾಹ ಸಂಬಂಧ ಬೆಳೆಸುವಾಗ ಗಂಡು ಮಕ್ಕಳಿಗೆ ಹೆಣ್ಣು ಕೊಡಲು ಮುಂದೆ ಬಂದಂತೆ ಹೆಣ್ಣುಮಕ್ಕಳನ್ನು ಮನೆ ತುಂಬಿಸಿಕೊಳ್ಳಲು ಉತ್ಸಾಹ ತೋರಲಿಲ್ಲ. ಹೀಗಾಗಿ ಕೆಲವು ಹೆಣ್ಣುಮಕ್ಕಳ ವಿವಾಹ ಹಳೇ ಮೈಸೂರಿನ ವೈಶ್ಯರೊಡನೆ ಆದದ್ದುಂಟು' ಎಂದು ಮಹಾಂಕಾಳಮ್ಮ ಹೇಳಿದ್ದಾರೆ.

ಮೊದಮೊದಲು ಕೇವಲ ಹವ್ಯಕ ಬ್ರಾಹ್ಮಣರಲ್ಲಿ ಪ್ರಾರಂಭವಾದ ಈ ಆಂದೋಲನ ಭಟ್ಟರ ಪರಿಶ್ರಮದಿಂದಾಗಿ ವೀರಶೈವರಲ್ಲಿ, ಸಾರಸ್ವತರಲ್ಲಿ, ಸ್ವರ್ಣಕಾರರಲ್ಲಿ ಹಾಗೂ ಇನ್ನೂ ಹಲವು ವರ್ಗಗಳಲ್ಲಿ ಹರಡಿತು. ಕರ್ನಾಟಕದಾದ್ಯಂತ ವಿಧವಾ ಸಮಸ್ಯೆಯಿರುವ ಇತರ ವರ್ಗಗಳೂ ಈ ಆಂದೋಲನದಿಂದ ಪ್ರಭಾವಿತರಾದದ್ದು, ಹೊಸ ಧೋರಣೆ ಹೊಂದಿದ್ದು ಅಕದಾಸ ದಂಪತಿ ಪರಿಶ್ರಮಕ್ಕೆ ಇಟ್ಟ ಯಶಸ್ಸಿನ ಕಳಶವಾಗಿದೆ. ಎಲ್ಲ ಪ್ರಯತ್ನಗಳ ನಡುವೆಯೂ 1948ರ ಸುಮಾರಿನವರೆಗೂ ಹವ್ಯಕರಲ್ಲಿ ವಿಧವಾಚರಣೆಗಳು ಪ್ರಚಲಿತದಲ್ಲಿದ್ದವು. ಆ ಸಮಯದಲ್ಲಿ ಹವ್ಯಕ ಮಠಾಧಿಪತಿಗಳು ಸಮಾಜದ ಗಣ್ಯ ಶ್ರೀಮಂತರ ಕಪಿಮುಷ್ಟಿಯಿಂದ ಹೊರಬಂದು ಸ್ವತಂತ್ರ ಚಿಂತನೆಯಿಂದ ಜಾತಿ ಬಹಿಷ್ಕಾರದಂತಹ ಕಠಿಣ ನಿಲುವಿನಿಂದ ಹಿಂದೆ ಸರಿಯಲಾರಂಭಿಸಿದರು.

ಮಹಾಂಕಾಳಮ್ಮನವರ ಪುನರ್ವಿವಾಹಕ್ಕೆ ಕುಟುಂಬದಲ್ಲಿ ಅಸಮಾಧಾನ ಪ್ರಕಟಗೊಂಡಿದ್ದರೂ ಕ್ರಮೇಣ ಅದರ ಕಾವು ಕಡಿಮೆಯಾಗಿತ್ತು. ಮಹಾಂಕಾಳಮ್ಮನವರ ತಂಗಿ ಕೆ.ವಿ. ಸಾವಿತ್ರಮ್ಮನ ಯಜಮಾನರಾದ ರಾಮಪ್ಪನವರು (ಕೆ.ವಿ. ಸುಬ್ಬಣ್ಣನವರ ತಂದೆ) ಶಿರಸಿಗೆ ಹೋಗಿ ಅಕದಾಸರ ಆತಿಥ್ಯ ಸ್ವೀಕರಿಸಿದ್ದರು. ನಂತರ ದಿನಗಳಲ್ಲಿ ಸಾವಿತ್ರಮ್ಮ, ಅವರ ಮತ್ತೊಬ್ಬ ತಂಗಿ ರುಕ್ಮಿಣಿ, ತಮ್ಮ ಗೋವಿಂದರಾಯರು ತಂದೆಯ ಕಣ್ತಪ್ಪಿಸಿ ಅವರ ಮನೆಗೆ ಹೋಗಿ ಬಂದಿದ್ದರು.

ಅಕದಾಸ ದಂಪತಿ ಹಾಸನಕ್ಕೆ ಪ್ರಚಾರಕ್ಕೆ ತೆರಳಿದ್ದಾಗ ಅಳಿಯ, ಮಗಳು, ಮೊಮ್ಮಗನನ್ನು ಕಂಡರೂ ಮಹಾಂಕಾಳಮ್ಮನವರ ತಂದೆ ಅಂಚೆ ತಿಮ್ಮಪ್ಪನವರು ಮಾತಾಡದೆ ಮುಖ ತಿರುಗಿಸಿದ್ದರು. ಆದರೆ ನಂತರ ಒಮ್ಮೆ ಶಿವಮೊಗ್ಗದಿಂದ ಸಾಗರಕ್ಕೆ ತೆರಳುತ್ತಿದ್ದ ಬಸ್‌ನಲ್ಲಿ ಅವರನ್ನು ಕಂಡವರು ತಮ್ಮ ತಾಯಿಗೆ ಹೇಳಿದರು. ಆ ಅಜ್ಜಿ ತಾನು ಮೊಮ್ಮಗಳನ್ನು ನೋಡಲೇ ಬೇಕು ಎಂದು ಹಠ ಹಿಡಿದರು. ಅನ್ನ ನೀರು ಬಿಟ್ಟು ಅವರು ಹಿಡಿದ ವರಾತಕ್ಕೆ ತಿಮ್ಮಪ್ಪನವರು ಕರಗಿ ಮಗನನ್ನು ಶಿರಸಿಗೆ ಕಳಿಸಿ ಮಗಳು, ಅಳಿಯ, ಮೊಮ್ಮಗನನ್ನು ಕರೆಸಿ ಸತ್ಕರಿಸಿ, ತಾಯಿಯನ್ನು ಸಂತೃಪ್ತಿಗೊಳಿಸಿದರು.

ವಿಧವಾ ವಿವಾಹದ ಆಂದೋಲನ ಬಿರುಸಾಗಿ ನಡೆದದ್ದು, ಸುಮಾರು 1925–1945ರ ನಡುವಿನ ಇಪ್ಪತ್ತು ವರ್ಷಗಳಲ್ಲಿ. ನಂತರದ ಕೆಲ ವರ್ಷಗಳಲ್ಲೂ ವಿಧವಾ ವಿವಾಹ ನಡೆಯುತ್ತಲೇ ಇದ್ದವು. ಆದರೆ ಮೊದಲಿನಷ್ಟು ದೊಡ್ಡ ಪ್ರಮಾಣದಲ್ಲಿ ಅಲ್ಲ. ಈ ಅವಧಿಯಲ್ಲಿ ಅನೇಕ ಮಂದಿ ವಿಧವೆಯರು ಪುನಃ ದಾಂಪತ್ಯ ಜೀವನದ ಬೆಳಕು ಕಂಡಿದ್ದಾರೆ. ತಮಗೆ ಹೊಸ ಬಾಳನ್ನು ನೀಡಲು ಹಗಲು–ರಾತ್ರಿ ಪರ್ಯಂತ ಶ್ರಮಿಸಿದ ಅಕದಾಸ ದಂಪತಿಯನ್ನು ಅವರು ಎಂದೂ ಮರೆಯುವುದಿಲ್ಲ. ಅವರ ಈ ಸಾಹಸ ಕಥೆ ಸಮಾಜ ಸುಧಾರಣೆಯ ನಾಡಚರಿತ್ರೆಯಲ್ಲಿ ಅಪೂರ್ವ ಅಧ್ಯಾಯ.

ಬದಲಾದ ಕಾಲಘಟ್ಟದಲ್ಲಿ

ಸ್ವಾತಂತ್ರ್ಯಪೂರ್ವದಲ್ಲಿ ಹೆಚ್ಚಿನ ಹವ್ಯಕರ ಬದುಕು ಗ್ರಾಮೀಣ ಪರಿಸರದಲ್ಲಿಯೇ ಇತ್ತು. ಅವಿಭಕ್ತ ಕುಟುಂಬಗಳು ಹೆಚ್ಚಿದ್ದವು. ಕೃಷಿ, ಬದುಕಿನ ಮಾರ್ಗವಾಗಿತ್ತು. ಜನರು ಮಣ್ಣನ್ನೇ ನಂಬಿ ಕಾಯಾ ವಾಚ ಮನಸ್ಸಿನಿಂದ, ನೆಮ್ಮದಿಯಿಂದ ಬದುಕಿದ್ದರು. ಸಂತ್ರಪ್ತರಾಗಿದ್ದರು. ಕೊಟ್ಟಿಗೆಯಲ್ಲಿ ದನಕರುಗಳು, ಕೃಷಿ ಬದುಕಿಗಾಗಿ ಅವುಗಳ ಆರೈಕೆ, ಅವು ನೀಡುವ ಹಾಲು, ತುಪ್ಪ, ಗೋಮಯ, ಗೋಮೂತ್ರ, ಎಲ್ಲವೂ ಔಷಧಿಗಳ ಅಗರ. ಕಣ್ಣು ಹಾಯಿಸಿದಲ್ಲೆಲ್ಲಾ ಕಾಣುವ ವನರಾಶಿ. ಅವುಗಳ ಗಡ್ಡೆ, ನಾರು, ಬೇರು, ಎಲೆಗಳು ವನೌಷಧಿ. ಗೋಆಧಾರಿತ ಗೊಬ್ಬರದಿಂದಲೇ ಫಸಲು ಕೊಡುವ ಭತ್ತದ ಸಸಿಗಳು, ಅಡಿಕೆಮರಗಳು, ಕಲ್ಪವೃಕ್ಷಗಳು. ಹವ್ಯಕರ ನೆಲೆಯ ನೋಟವಾಗಿತ್ತು. ಹಣದ ವ್ಯಾಮೋಹ ಇರಲಿಲ್ಲ. ಇದ್ದುದರಲ್ಲಿಯೇ ಜನರು ತೃಪ್ತರಾಗಿ ಬದುಕಿದ್ದರು. ಹೇಗಾದರೂ ಶ್ರೀಮಂತನಾಗಬೇಕೆಂಬ ದುರಾಸೆ ಇರಲಿಲ್ಲ. 'ಶತಮಾನಂ ಭವತಿ' ಎಂದರು. ಮಣ್ಣು ಮೆತ್ತಿದ ಬದುಕಿನಲ್ಲಿ ನೂರಾರು ವರ್ಷ ಗಟ್ಟಿಮುಟ್ಟಾಗಿ ಬಾಳಿದ್ದರು.

ಆದರೆ ಪರಕೀಯ ಆಡಳಿತದ ಕಾಲಘಟ್ಟದಲ್ಲಿ ಬಡವ – ಶ್ರೀಮಂತ ಎಂಬ ಗೆರೆ ಕಾಣಿಸಿಕೊಂಡಿತು. ಪರಸ್ಪರಾವಲಂಬನದ ನೆರವು ಹಣಕಾಸಿನ ವಹಿವಾಟಾಗಿ ಮಾರ್ಪಾಟಾಯಿತು. ಸಂಕಷ್ಟಕ್ಕೆ ನೆರವಾಗುವ ಬದಲು ಸಾಲ ನೀಡಿ ಬಡ್ಡಿ ಪಡೆದುಕೊಳ್ಳುವ ಪರಿಪಾಠ ಬೆಳೆಯಿತು. ನೀಡುವ ಸಾಲಕ್ಕೆ ಆಸ್ತಿ ಅಡಮಾನ ಮಾಡಿಕೊಳ್ಳುವ, ಪ್ರಾಂಸರಿಯಂತಹ ವ್ಯವಸ್ಥೆಯ ಕಾನೂನು ರೂಪುಗೊಂಡಿತು. ಶ್ರೀಮಂತರಿಗೆ ಅಧಿಕಾರಿಗಳು ಆಪ್ತರಾದರು. ಸಾಲ ತೀರಿಸಲಾಗದವರ ಆಸ್ತಿ, ಕಂದಾಯ ಬಾಕಿಗೆ ಹರಾಜಾದ ಸ್ವತ್ತು, ಜಮೀನು, ಶ್ರೀಮಂತರ ಪಾಲಾಯಿತು. ತನ್ನದೇ ಆಸ್ತಿಗೆ ಬಹುತೇಕರು ಗೇಣಿ ಒಕ್ಕಲಾದರು. ಮಧ್ಯಮ ವರ್ಗದವರು ಹೊಟ್ಟೆ–ಬಟ್ಟೆಗೆ ತತ್ವಾರವಾಗಿ ಬದುಕುವ ಪರಿಸ್ಥಿತಿ ಕಂಡರು.

ಆರ್ಥಿಕ ಸಂಪನ್ಮೂಲವೇ ವ್ಯಕ್ತಿ ಸಂಪನ್ನತೆಯ ಪ್ರತೀಕವಾಯಿತು. ಅಂದಿನ ಪಟೇಲರು, ಶ್ಯಾನುಬೋಗರು, ಅಮಲ್ದಾರರು ಮೊದಲಾದ ಆಡಳಿತಗಾರರೂ ಶ್ರೀಮಂತರನ್ನು ಪುರಸ್ಕರಿಸಿದರು. ಅಂದಿನ ಕಾನೂನಿನ ಬಲ, ಹಣಬಲದಲ್ಲಿ ಸ್ವಕೀಯರನ್ನೇ ಶೋಷಿಸುತ್ತಿದ್ದ ಆಢ್ಯರು ಮಠಮಾನ್ಯಗಳಲ್ಲಿ ಮೆರೆದಾಡಿದರು.

ಇಂದು ಹವ್ಯಕರಲ್ಲಿ ಶ್ರೀಮಂತ ವರ್ಗ ಮೂಲೆಗುಂಪಾಗಿದೆ. ಮಧ್ಯಮ ವರ್ಗದವರ ಕೈಯಲ್ಲಿ ಹಣ ಓಡಾಡತೊಡಗಿದೆ. ಕೊಳ್ಳುಬಾಕತನವೂ ಕಾಣಿಸಿಕೊಂಡಿದೆ.

ಹೆಣ್ಣುಮಕ್ಕಳ ವಿದ್ಯಾಭ್ಯಾಸ ವ್ಯಾಪಕವಾಗಿದೆ. ಹೆಣ್ಣು–ಗಂಡೆಂಬ ಭೇದವಿಲ್ಲದೆ ಎಲ್ಲರೂ ವಿದ್ಯಾವಂತರಾಗಿ, ಜಗತ್ತಿನ ಎಲ್ಲೆಡೆ ಎಲ್ಲಾ ರಂಗದಲ್ಲಿಯೂ ಕಾಣಿಸಿಕೊಂಡಿದ್ದಾರೆ. ಕುಟುಂಬ ಯೋಜನೆ 35–40 ವರ್ಷಗಳಿಂದಲೇ ಯಶಸ್ವಿಯಾಗಿ ಅನುಷ್ಠಾನಗೊಂಡಿದೆ. ಹೆಣ್ಣಾಗಲಿ, ಗಂಡಾಗಲಿ ಒಂದೇ ಮಗುವಿಗೆ ತೃಪ್ತರಾದ ಕುಟುಂಬಗಳು ಹೆಚ್ಚಿವೆ.

ಸುಮಾರು 40–50 ವರ್ಷಗಳ ಹಿಂದೆ ಹೆಣ್ಣುಮಕ್ಕಳಿಗೆ ವರ ಸಿಗದ ವಾತಾವರಣವಿತ್ತು, ವರದಕ್ಷಿಣೆಯ ಪೀಡೆಯೂ ವ್ಯಾಪಕವಾಗಿತ್ತು. ಮದುವೆಯಾಗದೆ ಉಳಿದ ಹೆಣ್ಣುಮಕ್ಕಳು ಪ್ರತಿ ಊರಲ್ಲಿಯೂ ಇದ್ದರು. ಆದರೆ ಈಗ ಪರಿಸ್ಥಿತಿ ಅದಲು ಬದಲಾಗಿದೆ. ಓದಿದ ಹೆಣ್ಣುಮಕ್ಕಳು ಪಟ್ಟಣದಲ್ಲಿರುವ ಉದ್ಯೋಗಸ್ಥನನ್ನು ಬಯಸುತ್ತಿರುವುದರಿಂದ ಕೃಷಿ ಅವಲಂಬಿಸಿದ ಗಂಡು ಮಕ್ಕಳಿಗೆ ಹೆಣ್ಣು ಸಿಕ್ಕುತ್ತಿಲ್ಲ. ಉತ್ತರ ಕರ್ನಾಟಕದ ಬೇರೆ ಜಾತಿಯ ಹೆಣ್ಣುಮಕ್ಕಳಿಗೆ ಹಣ ಕೊಟ್ಟು ಖರೀದಿಸಿ ಮದುವೆ ಮಾಡಿಕೊಳ್ಳುವುದು ಪ್ರಾರಂಭಗೊಂಡಿದೆ. ಹವ್ಯಕ ಕೃಷಿಕ ಗಂಡು ಮಕ್ಕಳಿಗೆ ವಧು ಹುಡುಕಿಕೊಡುವ ದಲ್ಲಾಳಿಗಳ ಪಡೆಯೇ ಇದೆ. ಬಡ, ಮಧ್ಯಮ ವರ್ಗದ ಯುವಕರು ಉದ್ಯೋಗ ನಿಮಿತ್ತ ಊರು ತೊರೆದಿದ್ದರಿಂದ ಹವ್ಯಕರ ನೆಲೆಗಳು ವೃದ್ಧಾಶ್ರಮವಾಗಿವೆ. ಇದ್ದೊಬ್ಬ ಮಗ ಊರಿಗೆ ಬರುವ ಆಸೆ ತೊರೆದಿರುವ ಕೆಲವು ಹಿರಿಯರಿಗೆ ಪ್ರೀತಿಯಿಂದ, ಬದ್ಧತೆಯಿಂದ ಬೆಳೆಸಿದ ಕೃಷಿಭೂಮಿಯನ್ನು ಸಿಕ್ಕಷ್ಟು ಹಣಕ್ಕೆ ಮಾರಿ, ಪಟ್ಟಣದಲ್ಲಿ ಬಂಧಿಯಾಗಬೇಕಾದ ಸ್ಥಿತಿ ಎದುರಾಗುತ್ತಿದೆ. ಅದರೊಂದಿಗೆ ಕೃಷಿಯನ್ನು ಪ್ರೀತಿಸಿ, ಲಾಭದಾಯಕವಾಗಿಸಲು ಪ್ರಯತ್ನಪಡುತ್ತಿರುವ, ತಾವು ಇದ್ದಲ್ಲಿಯೇ ಹೊಸ ಹೊಸ ಚಿಂತನೆಯನ್ನು ಮೈಗೂಡಿಸಿಕೊಳ್ಳುತ್ತಿರುವ ಯುವ ಸಮೂಹ ಇತ್ತೀಚೆಗೆ ಕಾಣಿಸಿಕೊಂಡಿದೆ. ಹವ್ಯಕರ ಆಚರಣೆಯಲ್ಲಿ ಮಡಿಮೈಲಿಗೆ ಗತ ಇತಿಹಾಸವಾಗಿದೆ. ಅಂತರ್‌ಜಾತಿ, ಅಂತರ್‌ಧರ್ಮದ ವಿವಾಹಗಳು ನಡೆಯುತ್ತಿವೆ. ವಿವಾಹವಿಚ್ಛೇದನದ ಪ್ರಕರಣಗಳು ಗಮನಾರ್ಹವಾಗಿದೆ. ನಗರವಾಸಿ ಹವ್ಯಕ ಯುವಜನರಲ್ಲಿ ಮದುವೆಯ ಒಲವು ಕಡಿಮೆಯಾಗಿ ಲಿವಿಂಗ್ ಟುಗೆದರ್ ನಿಧಾನವಾಗಿ ಪ್ರವೇಶಿಸುತ್ತಿದೆ.

ವಿಧವಾ ವಿವಾಹಕ್ಕೆ ಆಸ್ಪದ ಕೊಡದೆ ಸ್ತ್ರೀ ಶೋಷಣೆಗೆ ಅವಕಾಶವಾಗಿದ್ದ ಸಮುದಾಯದಲ್ಲಿ ಈಗ ವಿಧವಾ ವಿವಾಹ ಸಾಮಾನ್ಯವಾಗಿದೆ. ಒಂದೆರಡು ಮಕ್ಕಳಿರುವ 35–45ರ ವಯೋಮಾನದವರ ಮದುವೆಯೂ ಸರಾಗವಾಗಿ ನಡೆಯುತ್ತಿದೆ.

ಸಮಾಜಮುಖಿ ಚಿಂತನೆಯನ್ನು ಹೊಂದಿರುವ ಪ್ರಗತಿಶೀಲರಾದ, ಹವ್ಯಕ ಮಠಾಧೀಶರು ವಿಧವಾ ವಿವಾಹವಾದ ದಂಪತಿಗಳಿಗೆ ಫಲ, ಮಂತ್ರಾಕ್ಷತೆ ನೀಡುತ್ತಿದ್ದಾರೆ.

ಒಂದು ವಿಧವಾ ವಿವಾಹದ ಬಗ್ಗೆ

ಕಳೆದ 6ನೇ ದಿನ ಶನಿವಾರ ಶ್ರೀ ಗಣಪತಿಭಟ್ ಅಕದಾಸ ಇವರ ಮನೆಯ ಮಾಳಿಗೆಯ ಮೇಲೆ ಒಂದು ಪುನರ್ವಿವಾಹ ಸಮಾರಂಭವು ಯಥೋಚಿತವಾಗಿ ನೆರವೇರಿತು. ಅನೇಕ ಸುಶಿಕ್ಷಿತ ನಾಗರಿಕರು ಆಮಂತ್ರಣವನ್ನು ಸ್ವೀಕರಿಸಿ ಬಂದಿದ್ದರು. ಈ ಲಗ್ನದ ವರನು ಉಡುಪಿ ತಾಲೂಕಿನ ಬ್ರಹ್ಮಾವರ ಪಾಂಡೇಶ್ವರ ರಾಮಚಂದ್ರರಾಯರ ಚತುರ್ಥ ಪುತ್ರ ಶ್ರೀ ಗಣಪತಿರಾಯರು ಬಿಎ ಪಾಸಾದವರಾಗಿದ್ದು, ಧಾರವಾಡದಿಂದ ಹೊರಡುತ್ತಿರುವ 'ಯುನೈಟೆಡ್ ಕರ್ನಾಟಕ' ಎಂಬ ಆಂಗ್ಲ ವಾರಪತ್ರಿಕೆಯ ಸಂಪಾದಕರಿದ್ದಾರೆ. ಇವರಿಗೆ ಇದೇ ಪ್ರಥಮ ವಿವಾಹವು. ಪುನರ್ವಿವಾಹಿತಳಾದ ಹುಡುಗಿಯು ಅಂಕೋಲ ತಾಲೂಕಿನ ಹಿಳ್ಳೂರು ಹವೀಕ ಸಮಾಜದ ವೇ. ವಿನಾಯಕ ಭಟ್ಟರ ಪುತ್ರಿ ಚಿ.ಸೌ. ಸಾವಿತ್ರಿದೇವಿ. ಪುನರ್ವಿವಾಹಕ್ಕೆ ಉತ್ತೇಜನ ಸಿಗಬೇಕೆಂಬುದರಿಂದಲೇ ಗಣಪತಿ ರಾಯರು ಈ ಲಗ್ನವಾಗಿರುತ್ತಾರೆ. ಅಭಿನಂದನೀಯ ಸಾಹಸ. ಈ ನವದಂಪತಿಗೆ ಪ್ರಭುವು ಮಂಗಲವನ್ನುಂಟು ಮಾಡಲಿ.

– 'ನಂದಿನಿ' ವಾರ ಪತ್ರಿಕೆ, ಶಿರಸಿ
9–1–1940

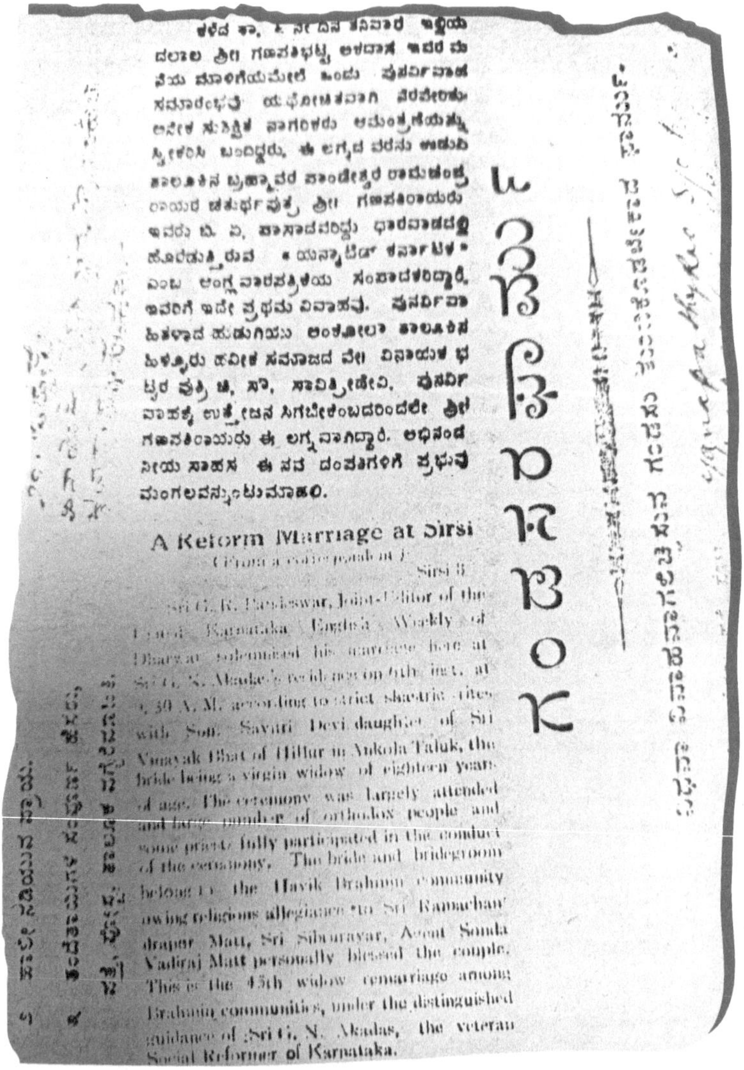

ಕಳೆದ ತಾ. ೬ ನೇ ದಿನ ಶನಿವಾರ ಇಲ್ಲಿಯ ದಲಾಲ ಶ್ರೀ ಗಣಪತಿಭಟ್ಟ ಅಕದಾಸ ಇವರ ಮನೆಯ ಮಾಳಿಗೆಯಮೇಲೆ ಒಂದು ಪುನರ್ವಿವಾಹ ಸಮಾರಂಭವು ಯಥೋಚಿತವಾಗಿ ನೆರವೇರಿತು. ಅನೇಕ ಸುಶಿಕ್ಷಿತ ನಾಗರಿಕರು ಆಮಂತ್ರಣೆಯನ್ನು ಸ್ವೀಕರಿಸಿ ಬಂದಿದ್ದರು. ಈ ಲಗ್ನದ ವರನು ಉಡುಪಿ ತಾಲೂಕಿನ ಬ್ರಹ್ಮಾವರ ಪಾಂಡೇಶ್ವರ ರಾಮಚಂದ್ರ ರಾಯರ ಚತುರ್ಥ ಪುತ್ರ ಶ್ರೀ ಗಣಪತಿರಾಯರು ಇವರು ಬಿ. ಎ. ಪಾಸಾದವರಿದ್ದು ಧಾರವಾಡದಲ್ಲಿ ಹೊರಡುತ್ತಿರುವ "ಯುನೈಟೆಡ್ ಕರ್ನಾಟಕ" ಎಂಬ ಆಂಗ್ಲ ವಾರಪತ್ರಿಕೆಯ ಸಂಪಾದಕರಿದ್ದಾರೆ. ಇವರಿಗೆ ಇದೇ ಪ್ರಥಮ ವಿವಾಹವು. ಪುನರ್ವಿವಾಹಿತಳಾದ ಹುಡುಗಿಯು ಅಂಕೋಲಾ ತಾಲೂಕಿನ ಹಿಳ್ಳೂರು ಹವೀಕ ಸಮಾಜದ ವೇ॥ ವಿನಾಯಕ ಭಟ್ಟರ ಪುತ್ರಿ ಚಿ. ಸೌ. ಸಾವಿತ್ರೀದೇವಿ. ಪುನರ್ವಿವಾಹಕ್ಕೆ ಉತ್ತೇಜನ ಸಿಗಬೇಕೆಂಬುದರಿಂದಲೇ ಶ್ರೀ ಗಣಪತಿರಾಯರು ಈ ಲಗ್ನವಾಗಿದ್ದಾರೆ. ಅಭಿನಂದನೀಯ ಸಾಹಸ. ಈ ನವ ದಂಪತಿಗಳಿಗೆ ಪ್ರಭುವು ಮಂಗಲವನ್ನುಂಟುಮಾಡಲಿ.

A Reform Marriage at Sirsi

(From a correspondent)

Sirsi 8

Sri G. R. Pandeswar, Joint-Editor of the United Karnataka (English) Weekly of Dharwar solemnised his marriage here at Sri G. N. Akade's residence on 6th inst. at 4.30 A. M. according to strict shastric rites with Sou. Savitri Devi daughter of Sri Vinayak Bhat of Hillur in Ankola Taluk, the bride being a virgin widow of eighteen years of age. The ceremony was largely attended and large number of orthodox people and some priests fully participated in the conduct of the ceremony. The bride and bridegroom belong to the Havik Brahmin community owing religious allegiance to Sri Ramachandrapur Matt, Sri Sibiurayar, Agent Sonda Vadiraj Matt personally blessed the couple. This is the 45th widow remarriage among Brahmin communities, under the distinguished guidance of Sri G. N. Akadas, the veteran Social Reformer of Karnataka.

ವಿಧವಾ ವಿವಾಹಕ್ಕೆ ಮುನ್ನ ತುಂಬಬೇಕಿದ್ದ ಅರ್ಜಿ.
ಈ ಬಗ್ಗೆ 1940 ರಲ್ಲಿ ಧಾರವಾಡದ 'ಯುನೈಟೆಡ್ ಕರ್ನಾಟಕ' ಹಾಗೂ ಶಿರಸಿಯ 'ನಂದಿನಿ' ಪತ್ರಿಕೆಯಲ್ಲಿ ಪ್ರಕಟವಾಗಿದ್ದ ವರದಿ.

ಎಂಬ ಹೊಸ ಹಣೆಪಟ್ಟಿ ಪಡೆಯುವಂತಾಯಿತು. ನನ್ನ ಕೈ ಹಿಡಿದವರು ಮಹಾನ್ ವಿದ್ವಾಂಸರು. ವಿಶಾಲ ಹೃದಯಿಗಳು ಮಗುವಿನ ಮನಸ್ಸಿನವರು, ಸತ್ಯನಿಷ್ಠರು ಆಗಿದ್ದರೆಂದು ಹೇಳಲು ಇಂದಿಗೂ ಹೃದಯ ತುಂಬಿ ಬರುತ್ತದೆ.

ಸತ್ಯ ನಿಷ್ಠೆಗಳಿಂದ ದಿಟ್ಟ ಪಥವನೆ ಬೆಳೆಸಿ ।
ಪುಟ್ಟ ವಿಧವೆಯರ ಮುತ್ತೈದೆಯರ ಮಾಡಿ ॥
ಕಷ್ಟಸಾಹಸದಿಂದ ಅಕದಾಸರ ಮನೆ ಎತ್ತಿ ನಿಲಿಸಿದ ।
ನನ್ನಕ್ಕ ನಿನಗಿದೋ ಕಟ್ಟ ಕಡೆಯ ನಮನ ॥

ಈ ಕವಿತೆ ಮಹಾಂಕಾಳಮ್ಮನವರ ತಂಗಿ ಕೆ.ವಿ. ಸಾವಿತ್ರಮ್ಮ (ಹೆಗ್ಗೋಡಿನ ಕೆ.ವಿ.ಸುಬ್ಬಣ್ಣನವರ ತಾಯಿ) 11-9-1991ರಂದು ಆತ್ಮಕ್ಕೆ ಶಾಂತಿ ಕೋರಿ ಬರೆದ ಸಾಲುಗಳು.

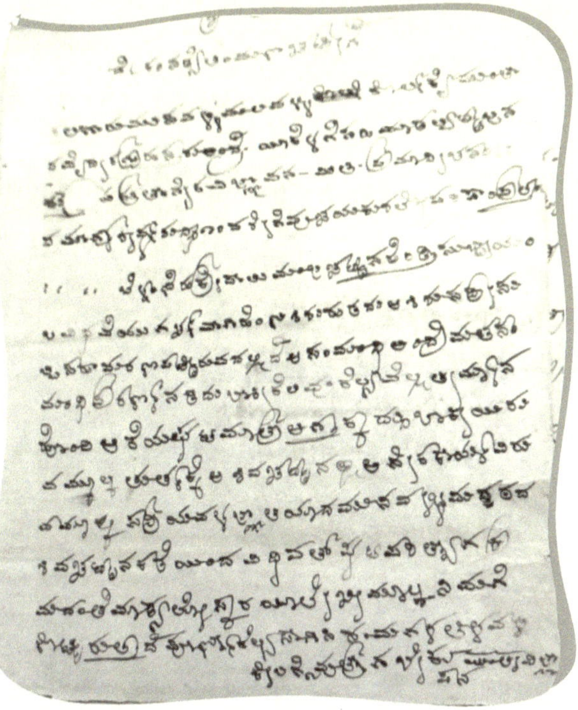

ವಿಧವೆಯರು ಗರ್ಭವತಿಯಾದರೆ ವಿಚಾರಣೆ ನಡೆಸಿ ಬಹಿಷ್ಕಾರ ಹಾಕಲು ರೂಪಿಸಿದ ದಾಖಲೆ

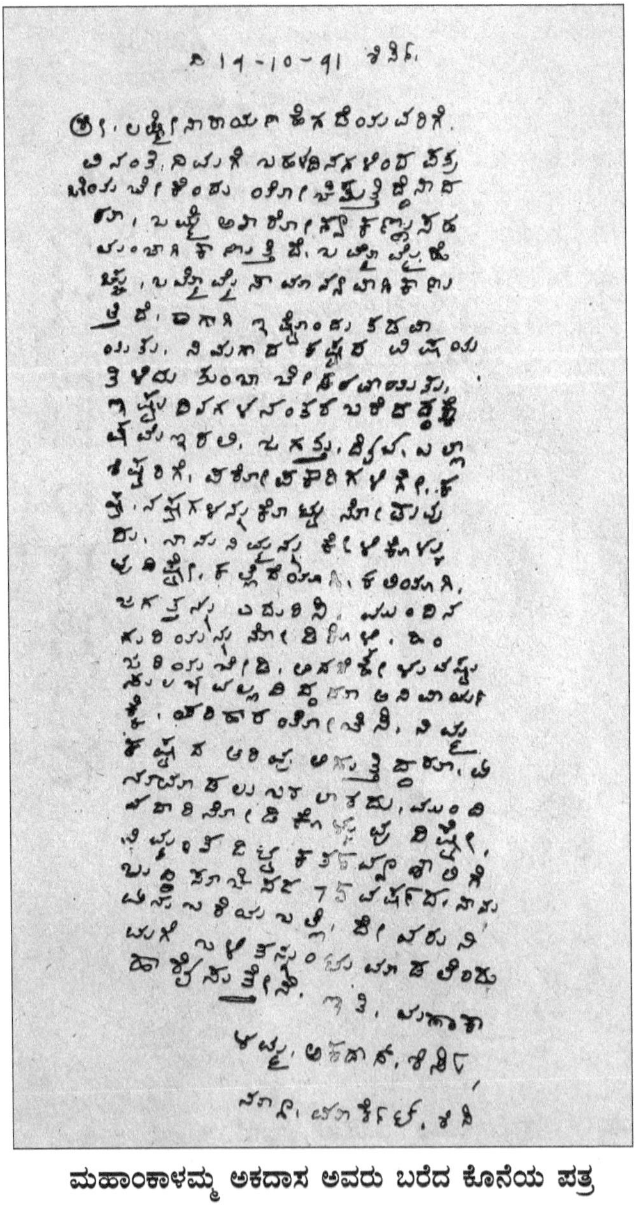
ದಿ 14-10-91 ಶಿರಸಿ.

ಶ್ರೀ. ಲಕ್ಷ್ಮೀನಾರಾಯಣ ಹೆಗಡೆಯವರಿಗೆ.

ಮಹಾಂಕಾಳಮ್ಮ ಅಕದಾಸ ಅವರು ಬರೆದ ಕೊನೆಯ ಪತ್ರ

ಎದುರಿಸಿ ನಿಂತ ಪ್ರಸಂಗ

ಶ್ರೀಯುತ ಅಕದಾಸ ಗಣಪತಿ ಭಟ್ಟರಿಗೆ ಉಳಿ ಗ್ರಾಮದ ಶ್ರೀನಿವಾಸ ಅಲ್‌ಮೂಡ್ತಾನನು ಮಾಡುವ ಸಾಷ್ಟಾಂಗ ನಮಸ್ಕಾರಗಳು.

ನಾನು ವಿಧವಾ ವಿವಾಹ ಮಾಡಿದುದಕ್ಕೆ ನಮ್ಮ ಊರು ಕೂಡಿಘಟ್ಟಿನವರು ಕಾಣೂರು ಸ್ವಾಮಿರಾಯರಿಗೆ ಪತ್ರ ಬರೆದರು. ಅವರು ಸ್ವಾಮಿರಾಯರು ನನಗೆ ನೋಟಿಸ್ ಕೊಟ್ಟರು. ಮೂರು ನೋಟಿಸಿಗೂ ನಾನು ಹಾಜರಾಗಲಿಲ್ಲ, ಮತ್ತು ಬರೆದವರಿಗೆ ಈಗ ಅವರನ್ನು ಕೂಡಿಕೊಳ್ಳುವುದು ಬೇಡ ಅಂತ ತಿಳಿಸಿದರು. ಆಮೇಲೆ ನಾನು ಅಲ್ಲಿಗೆ ಹೋಗಿ ಅವರ ನಕಲು ಕೇಳಿದ್ದಕ್ಕೆ ಸ್ವಾಮಿರಾಯರು ರಾಜಿಯಿಂದ ಮಠದ ಮರ್ಯಾದೆ ಉಳಿಸಬೇಕೆಂದು ಹೇಳಿ ಏನೂ ಕಾಣಿಕೆ ಇಲ್ಲದೆ ಶುದ್ಧರಾದೇವೆಂದು ತೀರ್ಥ ಮಂತ್ರಾಕ್ಷತೆ ಕೊಟ್ಟರು. ಬರೆದವರ ಶಿವಾಯಿ ಅವರಿಗೂ ಕಳಿಸಿದ್ದಾರೆ. ಅವರು ಈಗಲೂ ನಮಗೆ ಖುಷಿ ಇಲ್ಲವಂತ ಹೇಳಿಕೊಂಡು ಇದ್ದಾರೆ.

ಮದುವೆ ಆದ ವರ್ಷವೇ ಬಿಳಗಿಯ ದೇವಸ್ಥಾನದಲ್ಲಿ ಷಷ್ಠಿ ಉತ್ಸವಕ್ಕೆ ಹೋದಲ್ಲಿ ಊಟಕ್ಕೆ ಕೂಡಿಸಿಕೊಳ್ಳಕೂಡದು ಎಂಥ ಹೇಳಿದ್ದಕ್ಕೆ, ನಾನು ಏಳದೆ ಸರ್ಕಾರಿ ದೇವಸ್ಥಾನವಾದ್ದರಿಂದ ನನಗೆ ಬಹಿಷ್ಕಾರ ಇದ್ದರೆ ಮಾತ್ರ ಎದ್ದು ಹೋದೇನು ಎಂಥ ಹೇಳಿದೆನು. ಅದಕ್ಕೆ ಅವರು ಸಾವಿರಾರು ಜನರ ಸಂತರ್ಪಣೆಯನ್ನೇ ನಿಲ್ಲಿಸಿದರು. ಅದರಲ್ಲಿ ನನಗೆ ಮಾನಭಂಗವಾಯಿತು ಎಂದು ಅಲ್ಲಿಯ ಮೊಕ್ತೇಸರರ ಮೇಲೆ ಮತ್ತು ಕೂಡಿಗಟ್ಟಿನವರ ಮೇಲೆ ಫಿರ್ಯಾದೆ ಮಾಡಿದೆ. ಅದಕ್ಕೆ ಪುತ್ತೂರಿನ ಡೆಪ್ಯುಟಿ ಕಲೆಕ್ಟರರು ಅವರ ಮೇಲೆ ಚಾರ್ಜು ಮಾಡಿದರು. ನಂಬ್ರ ಬಿದ್ದು ಹೋಯಿತು.

ಮುಖ್ಯವಾಗಿ ನೀವು ನಮ್ಮ ಮೇಲೆ ಪೂರ್ಣ ಕೃಪೆ ಇಟ್ಟು ಮಾಘ ಬೌಳ ಶಿವರಾತ್ರೆಗೆ ನೀವೂ ನಿಮ್ಮ ಹೆಂಡತಿಯವರೂ ಇಲ್ಲಿಗೆ ದಯಮಾಡಿಸಬೇಕೆಂದು ನನ್ನ ಕೋರಿಕೆ.

ತಮ್ಮ ಬಾಲವಿಧವೆ ಮಗಳನ್ನು ಪುರ್ನವಿವಾಹ ಮಾಡಿಕೊಟ್ಟ ಮಂಗಳೂರು ಕಡೆಯ ಪಾಲಕರು 28–11–1938ರಲ್ಲಿ ಅಕದಾಸರಿಗೆ ಬರೆದ ಪತ್ರ.

ನೊಂದ ಜೀವದ ಪತ್ರ

ಪಾಂಡೇಶ್ವರ ಗಣಪತಿರಾಯರ ಪತ್ನಿ ಸಾವಿತ್ರಿಬಾಯಿ 1984ರಲ್ಲಿ ನಮಗೆ ಬರೆದು ಕೊಟ್ಟ ಬರಹದ ಮುಖ್ಯ ಭಾಗ.

ನಮ್ಮ ತವರುಮನೆಯವರ ಗದ್ದೆಗೆ ಕಾಡುಮೃಗಗಳ ಹಾವಳಿಯಿಂದ ಆರ್ಥಿಕವಾಗಿ ಬೆಂದು ನೊಂದ ಸಮಯದಲ್ಲಿ ನಾನು ಏಳು ವರ್ಷದ ಪುಟ್ಟ ಬಾಲೆಯಾದ ನಾನು ಮಕ್ಕಳಿಲ್ಲದ ಅಕ್ಕನ ಮನೆಗೆ ಬಂದೆ. ನಾನು ಬಂದ ಸ್ವಲ್ಪ ಸಮಯದಲ್ಲಿ ನನ್ನ ತಾಯಿ ಚಳಿಜ್ವರ ಬಂದು ನನ್ನ ಮೂರು ತಿಂಗಳ ಪುಟ್ಟ ತಮ್ಮನನ್ನು ಬಿಟ್ಟು ಹೊರಟು ಹೋದಳು. ಇದಾದ ಕೆಲವು ದಿನಗಳಲ್ಲಿ ನಮ್ಮ ಭಾವನವರ ಆಗ್ರಹದಂತೆ ನನ್ನ ತಂದೆಯವರು ಸುಮಾರು 40 ವರ್ಷ ಪ್ರಾಯದ ರೋಗಗ್ರಸ್ತ ಜಮೀನುದಾರನೊಂದಿಗೆ ನನ್ನ ವಿವಾಹ ಮಾಡಿಕೊಟ್ಟರು. ನಾನು ಋತುಮತಿಯಾಗಿರದಿದ್ದರಿಂದ ತವರುಮನೆಯಲ್ಲಿ ಉಳಿದಿದ್ದೆ. ಕೆಲವೇ ದಿನದಲ್ಲಿ ನನ್ನ ಪತಿಯು ಗತಿಸಿದ ದುರ್ವಾರ್ತೆ ಬಂತು. ಇದು ನನ್ನ ಮೊದಲ ಮದುವೆಯ ಫಲಶ್ರುತಿ. ಮುಂದೆ ನಾನು ದೊಡ್ಡವಳಾದ ಮೇಲೆ ನನ್ನ ತಲೆಕೂದಲು ಬೋಳಿಸಲಾಯಿತು. ತಂದೆ ಮತ್ತೊಂದು ಮದುವೆ ಮಾಡಿಕೊಂಡಿದ್ದರಿಂದ ಪುನಾ ಅಕ್ಕನ ಮನೆಗೆ ಬಂದೆ.

ದನ ಕಾಯಲು ಹೋಗುತ್ತಿದ್ದಾಗ ತಲೆ ನೋವು ಬರಲಾರಂಭಿಸಿತು. ತಲೆಕೂದಲು ತೆಗೆದುದರಿಂದ ಎಣ್ಣೆ ಕಾಣದೆ ನೆತ್ತಿ ಕಾದು ತಲೆನೋವು ಬರುತ್ತದೆ ಎಂದು ತರ್ಕಿಸಿ, ಆ ತಿಂಗಳು ಮುಂಡನಕ್ಕೆ ಬಂದಾಗ ವಿರೋಧಿಸಿದೆ. ಪರಿಣಾಮ ಭಾವನ ಕೊಡುಗೆಯಾಗಿ ಮೈತುಂಬಾ ಬಾಸುಂಡೆಗಳೆದ್ದವು. ಹದಿನೈದರ ಬಾಲೆಯಾದ ನಾನು ಜೀವದ ಆಸೆ ತೊರೆದು ಆನೆಗಳ ಕಾಲ್ತುಳಿತಕ್ಕೆ ಸಿಕ್ಕು ಸಾಯಬೇಕೆಂದು ಬಯಸಿ ಅದೇ ದಿನ ಸಾಯಂಕಾಲ ಮನೆ ಬಿಟ್ಟು ಹೊರಟೆ. ಯಾವುದೇ ಗೊತ್ತುಗುರಿಯಿಲ್ಲದೆ ಹೊರಟು ಹಲವು ಸುಳಿಗಳಲ್ಲಿ ಸಿಲುಕಿ ಧಾರವಾಡದ ವನಿತಾ ಸಮಾಜವನ್ನು ಸೇರಿದೆ. ಮದುವೆಯ ಬಗ್ಗೆ ಕನಸು ಮನಸಿನಲ್ಲಿಯೂ ಯೋಚಿಸದೆ ನಾನು ಚೆನ್ನಾಗಿ ಓದುಬರಹ ಕಲಿತು, ನನ್ನ ಕಾಲ ಮೇಲೆ ನಾನು ನಿಲ್ಲಬೇಕೆಂದು ಹಂಬಲಿಸಿದೆ. ಆದರೆ ದೇವರ ಸೂತ್ರದ ಬೊಂಬೆಯಾದ ನಾನು ಅಣ್ಣ ಅಕದಾಸರ ಸಹಾಯದಿಂದ ಮತ್ತೆ ವಿವಾಹ ಮಂಟಪಕ್ಕೆ ಬಂದೆ. ಈ ವಿವಾಹದಿಂದ ವಿಧವಾ ವಿವಾಹ